መንፈስ ቅዱስ

እና

የጸጋ ስጦታዎች አጠቃቀም

መጋቢ አበራ ተስማ

ማውጫ

አበርክቶት

በእግዚአብሔር መንግሥት ሩጫዋን ጨርሳ ከጌታ ጋር ላለችው ለውድ ባለቤቴ ለወ/ሮ ሣራ ባህታና ለክርስቶስ ቤተ ክርስቲያን ቅዱሳን አንባቢያን ሁሉ አበረክታለሁ፡፡

ምሥጋና

ከሁሉ በፊት በልጁ በኢየሱስ ደም ከሃጢአት ሞት ላዳነኝ ፣ የዘላለምን ሕይወት ለሰጠኝ፣ ምህረት፣ ቸርነቱንና ጸጋውን ላጎናጸፈኝ የሁሉም ፈጣሪና አምላክ ሕያው እግዚአብሔርን አመሠግናለሁ፡፡

ይህን መጽሐፍ በኮምፒውተር ላይ በመተየብ የእርሱንና የቤተሰቡን ጊዜ ለሰጠኝ ለአማረ ታቦርና ለቤተሰቡ እግዚአብሔር ይባርካችሁ በማለት ምሥጋናዬን ማቅረብ እወዳለሁ፡፡ እንደዚሁም ለጽሑፉ አስተዋጽዖ በማድረግ ላገዘኝ ለኤፍሬም ፈለቀና ቤተሰቡ ምሥጋናዬ ይድረሳቸው፡፡ በተጨማሪም ለአማኑኤል የኢትዮጵያ ወንጌላዊት ቤተ ክርስቲያን አገልጋዮችና ቀዱሳን በሙሉ ላደረጋችሁልኝ የጸሎትና የምክር ድጋፍ እግዚአብሔር ውለታችሁን ይከፈላችሁ በማለት ምሥጋናዬን አቀርባለሁ፡፡ መጽሐፉን በማረምና በማስተካከል የአርትዖት ሥራውን የሰራልኝን ወንድም የኋላእሸት ካሣና ቤተሰቡንም አመሰግናለሁ፡፡ በመጨረሻም በአገልግሎቴም ሆነ መጽሐፉን በመገምገም ሃሳብ የሰጣችሁኝና ህትመቱን ዕውን ለማድረግ ትብብር ላደረጋችሁልኝ በሙሉ ከልብ የሆነው ምሥጋናዬ ይድረሳችሁ ፣ እግዚአብሔርም ይባርካችሁ፡፡

መጋቢ አበራ ተሰማ

መቅድም

እኔ መጋቢ አበራን የማውቀው ፣ እንደ አውሮፓውያን አቆጣጠር ከ1992 ዓ.ም ጀምሮ ላለፉት ሃያ ሰባት ዓመታት ነው፡፡ ያገናኘንና ያስተዋወቀን ሰው ሳይሆን እግዚአብሔር ራሱ ነው፡፡ የተገናኘነው በእግዚአብሔር ቤት በየሳምንቱ ዐርብ ምሽት በሚደረግ የአዳር ጸሎት ላይ ነበር፡፡ የተገናኘንበት ዓላማ የማያልፈውን የጌታን ወንጌል በህብረት ጸሎት ጌታ በሰጠን ጸጋ አንዳችን ሌላችንን በምክርና በሃሳብ ከመደጋገፍ አልፎ በጸሎት ለመሸካከም ጭምር ስለነበር በዚህ ሁኔታ እስከ ዛሬ ድረስ አያይዞን በመካከላችን ብዙ ሥራዎችን ሲሰራ አይተናል፡፡ ስለሆነው ሁሉ ክብርን ለእግዚአብሔር እሰጣለሁ፡፡ ይህ ወንጌል በፍቅርና በጸሎት አያይዞ እስከዚህ አድርሶናል፡፡ ሸክማችንን በቅርብ በመከፋፈል የጸለይንባቸውን ጸሎቶቻችንን እየመለሰልን ጌታ እስከዛሬ ድረስ በድንቅ መርቶናል፡፡

መጋቢ አበራ ለሙሉ ጊዜ የወንጌል አገልግሎት ከባለቤቱ ከወይዘሮ ሣራ ጋር ተጸልዮላቸው በተለዩበት ቀን ከነበሩት የዓይን ምሥክሮች መካከል እኔና ቤተሰቦቼ እንገኛለን፡፡ አገልግሎታቸውን በተኮማ ሜሪላንድ በጀመሩበት በመጀመሪያው የመከፈቻው ቀን የእግዚአብሔርን ቃል ለማካፈል ዕድል አግኝቼ ነበር፡፡ መጋቢ አበራ ለወንጌል ጥሪ ሸክም ያለውና ትልቅ የወንጌል ቅናት የሞላበት ሰው ከመሆኑም ባሻገር እግዚአብሔር ሠፊና ቅን የሆነ ልብ የሰጠው ታላቅ የእግዚአብሔር አገልጋይ ነው፡፡ ወንጌል መስበክ ብቻ ሳይሆን የሰበከውን የወንጌል ዕውነት የሚኖር ሰው ስለመሆኑ ቃሉ ብቻ ሳይሆን ኑሮውም ምሥክር ነው፡፡ ወንጌልን ለጊዜያዊ ወይም ለምድራዊ ጥቅም የሚሰብክና ለራሱ ክብርን የማይፈልግ የጌታን ክብር የማይሻማ ሰው

ሲሆን ፣ ወንጌል የሚጠይቀውን ዋጋ ሁሉ በመክፈል ጌታን ለማስከበር የሚያገለግል የእግዚአብሔር ባርያ መሆኑን መመስከር ማጋነን አይደለም፡፡

አሁን ስለ መንፈስ ቅዱስ የጻፈው ይህ መጽሐፍ ጌታችን ኢየሱስ ክርስቶስ ሐዋሪያትን ለወንጌል ተልዕኮ ሲያዘጋጃቸው ለአገልግሎታቸው ትልቅ ቁልፍ አድርጎ የሰጣቸው መንፈስ ቅዱስን እንደሆነ ያስታውሰናል፡፡ (ሃዋ. 1፡8) ለዚህም ነበር «»ኃይልን እስክትቀበሉ ከኢየሩሳሌም አትውጡ » በማለት ያዘዛቸው፡፡ ስለሆነም ይህ መጽሐፍ ከብሉይ ኪዳን አንስቶ እስከ አዲስ ኪዳን ያለውን የመንፈስ ቅዱስ ሥራ ያስረዳናል፡፡ በአገልግሎታችንና በግል ህይወታችን ብንጠቀምበት ጠቀሜታው እጅግ ብዙ ስለሆነ የትኛውም ክርስቲያን በጋራና በግል ለመጽሐፍ ቅዱስ ጥናት ቢጠቀምበት ይህ ጌታ ለአገልጋዮቹ የሰጠውን ትልቅ ቁልፍ ምሥጢር በማስረዳት አንጻር መጽሐፉ ትልቅ ድርሻ እንደሚኖረው አልጠራጠርም፡፡ ስለሆነም አገልጋዮችም ሆኑ ምዕመናን ይህን በመረዳት እንዲያነቡትና በህይወታቸው ተግባራዊ በማድረግ እንዲጠቀሙበት ከልቤ ለማሳሰብ እወዳለሁ፡፡

ጌታ አንባቢዎቹንና የሚጠቀሙበትን ሁሉ በመንፈሱ በረከት ጨርሶ ይባርካቸው፡፡ ይህንን መጽሐፍ በብዙ ትጋት ደክሞ ለእግዚአብሔር ህዝብ አገልግሎት ለማበርከት የበቃውን መጋቢ አበራንም እግዚአብሔር ጸጋውን አብዝቶ እንዲባርክ ጸሎቴና ምኞቴ መሆኑን ስገልጽ በደስታ ነው፡፡

ቄስ ዶ/ር ምትኩ ዘለቀ

መግቢያ

ከዚህ በፊት ያዘጋጀሁትን ‹‹ **በእግዚአብሔር ምሪት የሚሰጥ አገልግሎት** ›› የሚለውን መጽሐፍ ካነበቡና አንዳንድ በቅርብ ከማገለግላቸው ወገኖች በተለይ ‹‹ መንፈስ ቅዱስና የጸጋ ስጦታዎችን አጠቃቀምን›› በተመለከተ በርካታ ጥያቄዎች በግንባርም ሆነ በስልክ ቀርበውልኝ እግዚአብሔር ባስቻለኝ መጠን የእግዚአብሔርን ቃል መሠረት በማድረግ ምላሽ ለመስት ሞክሬአለሁ፡፡ ሆኖም እኔ መንጋውን በጽድቅና በቅድስና መመገብ እንዳለበት መጋቢ ይህንን ጉዳይ አስመልክቶ ብዥታ ውስጥ የሚገኙትን ወገኖች እግዚአብሔር መንፈስ ቅዱስ በገለጠልኝ መጠን ለሌሎች ለማብራት ሳስብ፣ አንዱና ቋሚ መንገድ ሆኖ የታየኝ በመጽሐፍ መልክ ማዘጋጀትና ለሚፈልጉ ሁሉ በማዳረስ እንደማጥኛም እንደ ማጣቀሻም አድርገው ሊጠቀሙበት እንደሚችሉ በማመን ይህንን መጽሐፍ ለማዘጋጀት ተነሳሁ፡፡

በርግጥም ዘመኑ ለቤተ ክርስቲያን ቀላል ዘመን አይደለም፡፡ ምዕመናን በተለይ ትክክለኛውን የመጽሐፍ ቅዱስ አስተምህሮ ከማጣት የተነሳ ብዥታ ውስጥ የወደቁበት ዘመን ስለሆነ ሃዋሪያው ጳውሎስ እንዳለው የሚያስጨንቅ ዘመን ሆኖአል፡፡ ለዚህም ነው በ2ኛ ጢሞቴዎስ 4፡3-4 ባለው ክፍል ውስጥ ፡- ***ሕይወት የሚገኝበትን ትምህርት የማይታገሡበት ዘመን ይመጣልና፤ ነገር ግን ጆሮቻቸውን የሚያሳክክ ስለ ሆነ፥ እንደ ገዛ ምኞታቸው ለራሳቸው አስተማሪዎችን ያከማቻሉ። እውነትንም ከመስማት ጆሮቻቸውን ይመልሳሉ፥ ወደ ተረትም ፈቀቅ ይላሉ።*** በማለት ትክክለኛው በእግዚአብሔር ቃል ላይ የተመሰረተው አስተምህሮ ተቀባይነት አጥቶ በምትኩ ለጆሮና ለሥጋ ደስታ

የሚመቹና የሚያስደስቱ ተረታ ተረቶች ቦታ እንዳይሰጣቸው በመስጋት ክርስቲያኖችን ጠንካራ በሆነ አገላለጽ ሲያስጠነቅቃቸው የምንመለከተው፡፡

የዘመናችን ክርስቲያኖች ዋንኛ ችግራችን የሚጀምረው ከዕምነታችን ይልቅ ስሜታችንን ማዳመጥ በምንጀምርበት ጊዜ ነው፡፡ ስሜታችንና የተደበቀ ፍላጎታችንን የያዘውን ሙሉ ዕውነት ሳንገመግም ግማሽ ዕውነት ብቻ ይዘን ከእግዚአብሔር ቃልና ከትክክለኛው ሙሉ ዕውነት ጋር ከማመሳከር ይልቅ በግማሽ እውነት ተሳፍረን መብረርን እንመርጣለን፡፡ ለመውደቅ ስንፍገመገም ከትክክለኛው የክርስቶስ አስተምህሮና ከዕውነተኛው መንፈሳዊ ልምምድ ይልቅ ለስሜታችን ብቻ ቅርብ የሆነውን ዕውነት መሰል መገለጥን ይዞ መሮጥ ይቀናናል፡፡ በተጨማሪም ለመውደቅ ስሜታችንን ሊያስደስት ወደሚችለው ወደ ሰው ስራሽ ግብ የሚያደርሰን ከሆነ ዕውነት ያልሆነና መንፈሳዊ ልምምድ ያልደገፈውን ዕውነት የመሰለ ግን ዕውነት ያልሆነ ትምህርትን ለመከተል አንሰንፍም፤ ይህ ደግሞ አደጋ ነው፡፡ በጣም የሚያሳዝነው ደግሞ ውድቀታችንን ለመሸፋፈን ስንል የጌታን አስተምህሮና እርሱ የሚፈልገውን የቅድስና ህይወት ቸል ብለን ጌታ እንደሚወደን ብቻ በማወጅ ራሳችንንና በዙርያችን የሚገኙትን መደለል እንሞክራለን፡፡ ብዙዉን ጊዜ በእግዚአብሔር ቃል ላይ የተመሰረተ ጠንካራ አስተምህሮ አይመቸንም፡፡

ከዚህም የተነሳ ዛሬ በዘመናችን ቤተ ክርስቲያን መካከል በተለይ መንፈስ ቅዱስን በተመለከተ የተዛባ አመለካከት ሰፍኖ ይታያል፡፡ ብዙዎች በስሜት እየተነዱ የስጦታው ባለቤት የሆነውን ጌታ መንፈስ ቅዱስን ቸል ብለው ስጦታው ላይ በማተኮር ከትክክለኛው የእግዚአብሔር ቃል አስተምህሮ ሊያፈነግጡ ችለዋል፡፡ በሌላ በኩል ደግሞ ቤተ ክርስቲያን በፕሮግራምና

በሥርዓት አፈጻጸም ላይ በማተኮር ሥራ እንደበዛባትና ለእግዚአብሔር ሃሳብና ዓላማ ቦታ እንዳትሰጥ ሆና ስትባክን ትታያለች፡፡ ይህ ሁኔታ ከቶም መቀጠል የለበትም፡፡ ቤተ ክርስቲያን በአስተምህሮዋ ሚዛናዊ ሆና ጌታ ኢየሱስ የሰጣትን የነፍሳትን ደህንነትና ደቀ መዝሙር የማድረግ ታላቁን ተልዕኮ መፈጸም ይኖርባታል፡፡

መጽሐፏ ከብሉይ ኪዳን አንስቶ እስከ አዲስ ኪዳን ድረስ የመንፈስ ቅዱስን መለኮትነትና ሕይወት ሰጭነት በሚገባ በተጨባጭ በእግዚአብሔር ቃል በተመሰረተ ዕውነት ታስተነትናለች ብዬ አምናለሁ፡፡ በነቢያትና በመጨረሻም በጌታ በኢየሱስ ክርስቶስ አገልግሎት እንዲሁም በ ሐዋሪያትና ዛሬም በምትገኘው ቤተ ክርስቲያን ውስጥ እግዘአብሄር መንፈስ ቅዱስ የሠራውንና እየሰራ ያለውን ሥራ ከማስተዋወቋም በላይ የሃይሉን ታላቅነትና ምልዐት ታውጃለች፡፡ በመጽሐፍዋ ውስጥ የኔን ሃሳብ በዝርዝር ከመግለጽ ባለፈ በትክክልም የእግዚአብሔር ቃል መሠረትነት እንዳለው ለማሳየት ከእግዚአብሔር ቃል በርካታ ጥቅሶችን በማቀመጥ ለእግዚአብሔር ቃል ያለኝን ታማኝነት ለመግለጽ ሞክሬአለሁ፡፡ በተቻለ መጠን መጽሐፍዋ ከእግዚአብሔር ቃል ጋር በማመሳከር ብትነበብ የተሻለ ግንዛቤ ትፈጥራለች የሚል እምነት አለኝ፡፡

በተረፈ በመንፈስ ቅዱስ የተሞላ ህይወት ለዕውነተኛና ለመልካም ነገር ሁሉ አዎንታዊ አቋም አለው፡፡ በአንጻሩ ክፉዉንና ኃጢአትን በሚገባ ይጸየፋል፡፡ ለሃጢአትና ለስህተት ምንም ጊዜ ቢሆን አዎንታዊ አይደለም፡፡ ሰዎች ነገሮች የተሳካላቸው በሚመስላቸውና ምንጩ ጽድቅ ባልሆነ ልምምድ ውስጥ ሲገቡ በዕውነትም እግዚአብሔር እንደባረካቸው በማመን ራሳቸውንም ሆነ ሌሎችን

ያስታሉ፡፡ እኛ ግን እንደ ዕውነተኛ የእግዚአብሔር ሰዎች በተመሳሳይ ስህተት ውስጥ ገብተን እኛም ጠፍተን ሌሎችን ወደ ጥፋት መምራት አይኖርብንምና ራሳችንን በታቸለ መጠን ከስህተት በመጠበቅ በንጽህናና በቅድስና ልንኖር ይገባል፡፡ ይህች መጽሐፍም በተለይ መንፈስ ቅዱስና የጸጋ ስጦታዎችን አጠቃቀምን በተመለከተ እንዴት መሆን እንደሚገባው በርቀትም ቢሆን ስለምትጠቁም በግልም ሆነ በጋራ በማንበብና በማጥናት ተጠቃሚ እንድትሆኑ በትህትናና በጌታ ፍቅር እጠይቃለሁ፡፡

መልካም ንባብ
እግዚአብሔር ይባርካችሁ!
መጋቢ አበራ ተሰማ
የካቲት 2011 ዓ.ም

1. መጽሐፈ ቅዱሳዊ አስተምህሮት ስለ መንፈስ ቅዱስ

1.1 የመንፈስ ቅዱስ ማንነት፥

የሥላሴ አንዱ አካል ነው፣ እግዚአብሔር ነው።

1.2. የመንፈስ ቅዱስ ሥራ፥

የእግዚአብሔር ገቢራዊ ሐልዎት ወይም መገኘት በቤተ ክርስቲያን ውስጥ እንዲሁም በዓለም ላይ መገለጽ የመንፈስ ቅዱስ ሥራ ይባላል።

1.3. የመንፈስ ቅዱስ በእግዚአብሔር ሐልዎት መገለጥ ላይ ያለው ድርሻ፥

በብሉይ ኪዳን፥ የእግዚአብሔር አብ ክብር እና በልዩ ልዩ አካላዊ መገለጦች፤ (ለምሳሌ፥ መላእክትን ወይም ሰዎችን መስሎ) ተገልጧል፡፡

በወንጌላት፥ እግዚአብሔር ወልድ (ኢየሱስ ክርስቶስ) ተገልጧል፤
በቤተ ክርስቲያን (ኢየሱስ ወደ ሰማይ ካረገ በኋላ)፥ እግዚአብሔር መንፈስ ቅዱስ ተገልጧል፡፡

1.4. የመንፈስ ቅዱስ ሥራ ከፍጥረት ጀምሮ፥

እግዚአብሔር አብ ያቀደውን ፣ እግዚአብሔር ወልድ **የጀመረውን**፣ እግዚአብሔር መንፈስ ቅዱስ ደግሞ_**በሚገባ በሕይወት ተጠብቆ እንዲቀጥል ያደርጋል።**

"የእግዚአብሔርም መንፈስ በውኃ ላይ ሰፍፎ ነበር።" ኦሪት ዘፍጥረት 1:2

"ነገር ግን መንፈስ ቅዱስ በእናንተ ላይ በወረደ ጊዜ ኃይልን ትቀበላላችሁ፥ በኢየሩሳሌምም በይሁዳም ሁሉ በሰማርያም እስከ *ምድር ዳርም ድረስ ምስክሮቼ ትሆናላችሁ አለ።" የሐዋሪያት ሥራ 1:8*

"በሁሉም መንፈስ ቅዱስ ሞላባቸው፥ መንፈስም ይናገሩ ዘንድ እንደ ሰጣቸው በሌላ ልሳኖች ይናገሩ ጀመር። ... ደግሞም በዚያች

ወራት በወንዶችና በሴቶች ባሪያዎቼ ላይ ከመንፈሴ አፈሳለሁ ትንቢትም ይናገራሉ። ድንቆችን በላይ በሰማይ፥ ምልክቶችንም በታች በምድር እሰጣለሁ፤ ደምም እሳትም የጢስ ጭጋግም ይሆናል።" የሐዋሪያት ሥራ 2:4, 18, 19

"እርሱም ብቻ አይደለም፥ ነገር ግን የመንፈስ በኵራት ያለን ራሳችን ደግሞ የሰውነታችን ቤዛ የሆነውን ልጅነት እየተጠባበቅን ራሳችን በውስጣችን እንቃትታለን።" ወደ ሮሜ ሰዎች 8:23

1.5. የመንፈስ ቅዱስ ሥራ በእግዚአብሔር የማዳን ሥራ ላይ፥

እግዚአብሔር አብ፥ ልጁን ሰጠ፤

እግዚአብሔር ወልድ፥ አባቱን ታዞ ኃጢያተኛውን ወዶ የማዳንን ሥራ ፈጸመ::

እግዚአብሔር መንፈስ ቅዱስ፥ በእግዚአብሔር የተሰጠውን ስጦታ፣ በልጁ የተሠራውን ሥራ፣ መንፈስ ቅዱስ ወደ እውነት እያመጣው ነው::

1.6. መንፈስ ቅዱስ የእግዚአብሔር በረከቶች ወደ እኛ የሚያመጣበት መንገዶች፥

ኀይልን በመስጠት - መንፈስ ቅዱስ ኀይልን ይሰጣል፤

በመቀደስ - መንፈስ ቅዱስ ያነጻል፤

በመገለጥ - መንፈስ ቅዱስ ይገልጣል፤

በአንድነት - መንፈስ ቅዱስ አንድ ያደርጋል፤

የእግዚአብሔር ኅልዎትና በረከት በማረጋገጥ - መንፈስ ቅዱስ የእግዚአብሔር ኅልዎትና በረከት ይረጋግጣል (የመጠኑ ልክ እና የእኛ ምላሽ ያለው ቁርኝት) ፤

2. የመንፈስ ቅዱስ ስሞች እና ማንነት፥

2.2. የመንፈስ ቅዱስ ስሞች፥

2.2.1. መንፈስ ቅዱስ

የሉቃስ ወንጌል 11:13፣ የዮሐንስ ወንጌል 20:22፣ የሐዋሪያት ሥራ 1:5፣ መዝሙረ ዳዊት 51:11

2.2.2. የጸጋ መንፈስ፥

ወደ ዕብራውያን 10:29

2.2.3. የእውነት መንፈስ፥

የዮሐንስ ወንጌል 14:17፤ 15:26፤ 16:13፣ 1ኛ የዮሐንስ መልእክት 5:7

2.2.4. የጥበብና የማስተዋል መንፈስ፥

ትንቢተ ኢሳይያስ 11:2፣ 61:1-3፣ 1ኛ ጢሞቴዋስ 1:17

2.2.5. የክብር መንፈስ፥

1ኛ ጴጥሮስ መልእክት 4:14፣ ኦሪት ዘጸአት 15:11፣ መዝሙረ ዳዊት 145:5

2.2.6. አጽናኝ፥

የዮሐንስ ወንጌል 14:15-16፤ 16:7

የመንፈስ ቅዱስ ማንነት፥

2.2.7. መንፈስ ቅዱስ ከሥላሴ አንዱ አካል ነው፥

የማቴዎስ ወንጌል 3:16-17፣ የዮሐንስ ወንጌል 14:15-16፣ የሐዋሪያት ሥራ 10:38

2.2.8. መንፈስ ቅዱስ እውቀት አለው፥

ትንቢተ ኢሳይያስ 11:2፤ ወደ ሮሜ ሰዎች 8:27፤ ኛ ቆሮንቶስ 2:10-11

2.2.9. መንፈስ ቅዱስ ስሜት አለው፥

ትንቢተ ኢሳይያስ 63:10፤ ወደ ኤፌሶን ሰዎች 4:30፤ የሐዋሪያት ሥራ 7:51፤ ወደ ሮሜ ሰዎች 15:30

2.2.10. መንፈስ ቅዱስ ፈቃድ አለው፥

1ኛ ወደ ቆሮንቶስ ሰዎች 12:11

3. የመንፈስ ቅዱስ ስሞች

3.2. የመንፈስ ቅዱስ ስሞች፥

3.2.1. መንፈስ ቅዱስ

"እንኪያስ እናንተ ክፉዎች ስትሆኑ ለልጆቻችሁ መልካም ስጦታ መስጠት ካወቃችሁ፥ በሰማይ ያለው አባት ለሚለምኑት እንዴት አብልጦ መንፈስ ቅዱስን ይሰጣቸው?" የሉቃስ ወንጌል 11:13፣

"ይህንም ብሎ እፍ አለባቸውና። መንፈስ ቅዱስን ተቀበሉ።" የዮሐንስ ወንጌል 20:22፣

"ዮሐንስ በውኃ አጥምቆ ነበርና፥ እናንተ ግን ከጥቂት ቀን በኋላ በመንፈስ ቅዱስ ትጠመቃላችሁ አለ።" የሐዋሪያት ሥራ 1:5፣

"ከፊትህ አትጣለኝ፥ ቅዱስ መንፈስህንም ከእኔ ላይ አትውሰድብኝ።" መዝሙረ ዳዊት 51:11

3.2.2. የጸጋ መንፈስ፥

"የእግዚአብሔርን ልጅ የረገጠ ያንንም የተቀደሰበትን የኪዳኑን ደም እንደ ርኩስ ነገር የቆጠረ የጸጋውንም መንፈስ ያከፋፋ፥ እንዴት ይልቅ የሚብስ ቅጣት የሚገባው ይመስላችኋል?" ወደ ዕብራውያን 10:29

3.2.3. የእውነት መንፈስ፥

"እርሱም ዓለም የማያየውና የማያውቀው ስለ ሆነ ሊቀበለው የማይቻለው የእውነት መንፈስ ነው፤ ነገር ግን ከእናንተ ዘንድ

ስለሚኖር በውሥጣችሁም ስለሚሆን እናንተ ታውቃላችሁ።" የዮሐንስ ወንጌል 14:17፤

"ዳሩ ግን እኔ ከአብ ዘንድ የምልክላችሁ አጽናኝ እርሱም ከአብ የሚወጣ የእውነት መንፈስ በመጣ ጊዜ፥ እርሱ ስለ እኔ ይመሰክራል፤" የዮሐንስ ወንጌል 15:26፤

"ግን እርሱ የእውነት መንፈስ በመጣ ጊዜ ወደ እውነት ሁሉ ይመራችኋል፤ የሚሰማውን ሁሉ ይናገራል እንጂ ከራሱ አይነግርምና፤ የሚመጣውንም ይነግራችኋል።" የዮሐንስ ወንጌል 16:13፣

"መንፈስም እውነት ነውና የሚመሰክረው መንፈስ ነው።" 1ኛ የዮሐንስ መልእክት 5:7

3.2.4. የጥበብና የማስተዋል መንፈስ፥

ትንቢተ ኢሳይያስ 11:2 "የእግዚአብሔር መንፈስ፥ የጥበብና የማስተዋል መንፈስ፥ የምክርና የኃይል መንፈስ፥ የእውቀትና እግዚአብሔርን የመፍራት መንፈስ ያርፍበታል።"፣

"የጌታ የእግዚአብሔር መንፈስ በእኔ ላይ ነው፥ ለድሆች የምሥራችን እሰብክ ዘንድ እግዚአብሔር ቀብቶኛልና፤ ልባቸው የተሰበረውን እጠግን ዘንድ፥ ለተማረኩትም ነጻነትን ለታሰሩትም መፈታትን እናገር ዘንድ ልኮኛል። የተወደደችውን የእግዚአብሔርን ዓመት አምላካችንም የሚበቀልበትን ቀን እናገር ዘንድ፥ የሚያለቅሱትንም ሁሉ አጽናና ዘንድ፤ እግዚአብሔር ለክብሩ የተከላቸው የጽድቅ ዛፎች እንዲባሉ ለጽዮን አልቃሾች አደርግላቸው ዘንድ፥ በአመድ

ፋንታ አክሊልን፥ በልቅሶም ፋንታ የደስታን ዘይት፥ በኀዘንም መንፈስ ፋንታ የምስጋናን መጐናጸፊያ እሰጣቸው ዘንድ ልኮኛል።" ትንቢተ ኢሳይያስ 61:1-3፤

"ብቻውን አምላክ ለሚሆን ለማይጠፋው ለማይታየውም ለዘመናት ንጉሥ ምስጋናና ክብር እስከ ዘላለም ድረስ ይሁን፤ አሜን።" 1ኛ ጢሞቴዎስ 1:17

3.2.5. የክብር መንፈስ፥

"ስለ ክርስቶስ ስም ብትነቀፉ የክብር መንፈስ የእግዚአብሔር መንፈስ በእናንተ ላይ ያርፋልና ብፁዓን ናችሁ።"1ኛ ጴጥሮስ መልእክት 4:14፤

"አቤቱ፥ በአማልክት መካከል እንደ አንተ ያለ ማን ነው? በምስጋና የተፈራህ፥ ድንቅንም የምታደርግ፥ በቅድስና የከበረ እንደ አንተ ያለ ማን ነው?" ኦሪት ዘጸአት 15:11፤

"የቅድስናህን ግርማ ክብር ይናገራሉ፥ ተአምራትህንም ይነጋገራሉ።" መዝሙረ ዳዊት 145:5

3.2.6. አጽናኝ፥

"ብትወዱኝ ትእዛዜን ጠብቁ። እኔም አብን እለምናለሁ ለዘላለምም ከእናንተ ጋር እንዲኖር ሌላ አጽናኝ ይሰጣችኋል፤ " የዮሐንስ ወንጌል 14:15-16፤

"እኔ ግን እውነት እነግራችኋለሁ፤ እኔ እንድሄድ ይሻላችኋል። እኔ ባልሄድ አጽናኙ ወደ እናንተ አይመጣምና፤ እኔ ብሄድ ግን እርሱን እልከላችኋለሁ።" የዮሐንስ ወንጌል 16:7

4. የመንፈስ ቅዱስ ማንነት፥

4.1 መንፈስ ቅዱስ ከሥላሴ አንዱ አካል ነው፥

"ኢየሱስም ከተጠመቀ በኋላ ወዲያው ከውኃ ወጣ፤ እነሆም፥ ሰማያት ተከፈቱ የእግዚአብሔርም መንፈስ እንደ ርግብ ሲወርድ በእርሱ ላይም ሲመጣ አየ፤ እነሆም፥ ድምፅ ከሰማያት መጥቶ፡፡ በእርሱ ደስ የሚለኝ የምወደው ልጄ ይህ ነው አለ፡፡" የማቴዎስ ወንጌል 3:16-17፤

"ብትወዱኝ ትእዛዜን ጠብቁ፡፡ እኔም አብን እለምናለሁ ለዘላለምም ከእናንተ ጋር እንዲኖር ሌላ አጽናኝ ይሰጣችኋል፤" የዮሐንስ ወንጌል 14:15-16፤

"እግዚአብሔር የናዝሬቱን ኢየሱስን በመንፈስ ቅዱስ በኃይልም ቀባው፤ እርሱም መልካም እያደረገ ለዲያብሎስም የተገዙትን ሁሉ እየፈወሰ ዞረ፤ እግዚአብሔር ከእርሱ ጋር ነበረና፡" የሐዋርያት ሥራ 10:38

4.2 መንፈስ ቅዱስ እውቀት አለው፥

"የእግዚአብሔር መንፈስ፤ የጥበብና የማስተዋል መንፈስ፤ የምክርና የኃይል መንፈስ፤ የእውቀትና እግዚአብሔርን የመፍራት መንፈስ ያርፍበታል፡፡" ትንቢተ ኢሳይያስ 11:2፤

"ልብንም የሚመረምረው የመንፈስ አሳብ ምን እንደ ሆነ ያውቃል፤ እንደ እግዚአብሔር ፈቃድ ስለ ቅዱሳን ይማልዳልና፡፡" ወደ ሮሜ ሰዎች 8:27፤

"መንፈስም የእግዚአብሔርን ጥልቅ ነገር ስንኳ ሳይቀር ሁሉን ይመረምራልና ለእኛ እግዚአብሔር በመንፈሱ በኩል ገለጠው። በእርሱ ውስጥ ካለው ከሰው መንፈስ በቀር ለሰው ያለውን የሚያውቅ ሰው ማን ነው? እንዲሁም ደግሞ ከእግዚአብሔር መንፈስ በቀር ለእግዚአብሔር ያለውን ማንም አያውቅም።" 1ኛ ቆሮንቶስ 2:10-11

4.3 መንፈስ ቅዱስ ስሜት አለው፥

"እነርሱ ግን ዐመፁ ቅዱስ መንፈሱንም አስመረሩ፤ ስለዚህ ተመልሶ ጠላት ሆናቸው፥ እርሱም ተዋጋቸው።" ትንቢተ ኢሳይያስ 63:10፣

"ለቤዛም ቀን የታተማችሁበትን ቅዱሱን የእግዚአብሔርን መንፈስ አታሳዝኑ።" ወደ ኤፌሶን ሰዎች 4:30፣

"እናንተ አንገተ ደንዳኖች ልባችሁና ጆሮአችሁም ያልተገረዘ፥ እናንተ ሁልጊዜ መንፈስ ቅዱስን ትቃወማላችሁ፤ አባቶቻችሁ እንደ ተቃወሙት እናንተ ደግሞ።" የሐዋርያት ሥራ 7:51፣

"ወንድሞች ሆይ፥ ስለ እኔ ወደ እግዚአብሔር እየጸለያችሁ ከእኔ ጋር ትጋደሉ ዘንድ በጌታችን በኢየሱስ ክርስቶስና በመንፈስ ፍቅር እለምናችኋለሁ፤" ወደ ሮሜ ሰዎች 15:30

4.4 መንፈስ ቅዱስ ፈቃድ አለው፥

"ይህን ሁሉ ግን ያ አንዱ መንፈስ እንደሚፈቅድ ለእያንዳንዱ ለብቻው እያካፈለ ያደርጋል።" 1ኛ ወደ ቆሮንቶስ ሰዎች 12:11

5. መንፈስ ቅዱስ በብሉይ ኪዳን፥

5.1 የመንፈስ ቅዱስ የመፍጠር ሥራ በግዑዙ ዓለማት ላይ፥ (እግዚአብሔር መንፈስ ቅዱስ ፈጣሪ ነው፣ በፍጥረትም ላይ ታላቅ ሚና ተጫውቷል)

ኦሪት ዘፍጥረት 1:2፤ "ምድርም ባዶ ነበረች፥ አንዳችም አልነበረባትም፤ ጨለማም በጥልቁ ላይ ነበረ፤ የእግዚአብሔርም መንፈስ በውኃ ላይ ሰፍፎ ነበር።"

መጽሐፈ ኢዮብ 33:4፤ "የእግዚአብሔር መንፈስ ፈጠረኝ፥ ሁሉንም የሚችል የአምላክ እስትንፋስ ሕይወት ሰጠኝ።"

5.2 የመንፈስ ቅዱስ ሥራ መለኮታዊ መገለጥን እና ምሪትን በመስጠት ላይ፥ (እግዚአብሔር መንፈስ ቅዱስ መሪ ነው፣ ለሕዝቡ መለኮታዊ መገለጥን እና ምሪትን ሰጥቷል)

መጽሐፈ ሳሙኤል ካልዕ 23:1-2፤ "የዳዊትም የመጨረሻ ቃሉ ይህ ነው። ከፍ ከፍ የተደረገው፥ በያዕቆብም አምላክ የተቀባው፥ በእስራኤል ዘንድ መልካም ባለ ቅኔ የሆነ፥ የእሴይ ልጅ የዳዊት ንግግር፤ የእግዚአብሔር መንፈስ በእኔ ተናገረ፤ ቃሉም በአንደበቴ ላይ ነበረ።"

የሐዋርያት ሥራ 4:25፤ "በመንፈስ ቅዱስም በብላቴናህ በአባታችን በዳዊት አፍ። አሕዛብ ለምን አጐረመረሙ፣ ሕዝቡስ ከንቱን ነገር ለምን አሰቡ?"

5.3 የመንፈስ ቅዱስ ሥራ በእግዚአብሔር ሕዝቦች መካከል፥

5.3.1 በተወሰኑ ሰዎች ላይ ብቻ ይሰራ ነበር፣ (የእግዚአብሔር መንፈስ እንደነበረባቸው የተመሰከረላቸው / አስተዳደር)

ኦሪት ዘፍጥረት 41:38፤ "ፈርዖንም ሎሌዎቹን እንዲህ አላቸው። በውኑ የእግዚአብሔር መንፈስ ያለበትን እንደዚህ ያለ ሰው እናገኛለን"

ኦሪት ዘኍልቍ 17:18፤ "እግዚአብሔርም ሙሴን አለው። መንፈስ ያለበትን ሰው የነዌን ልጅ ኢያሱን ወስደህ እጅህን በላዩ ጫንበት፤ "

ትንቢተ ዳንኤል 4:8፤ "በመጨረሻም የቅዱሳን አማልክት መንፈስ ያለበት እንደ አምላኬ ስም ብልጣሶር የሚባለው ዳንኤል በፊቴ ገባ፤ እኔም ሕልሙን ነገርሁት እንዲህም አልሁት።"

5.3.2 በአንዳንዶች ላይ በኃይል ይወርድ ነበር፣ (የእግዚአብሔር መንፈስ ለተለየ አገልግሎት እና ዓላማ የተጠቀመባቸው መሪዎች፣ ነገሥታት)

መጽሐፈ መሣፍንት 3:10፤ "የእግዚአብሔርም መንፈስ በእርሱ [የቄኔዝን ልጅ ጎቶንያልን] ላይ መጣ፥ በእስራኤልም ላይ ይፈርድ ነበር፤ ለሰልፍ ወጣ፥ እግዚአብሔርም የመስጴጦምያን ንጉሥ ኵሰርሰቴምን በእጁ አሳልፎ ሰጠው፤ እጁም በኵሰርሰቴም ላይ አሸነፈች።"

መጽሐፈ መሣፍንት 6:34፤ "የእግዚአብሔርም መንፈስ በጌዴዎን ገባበት፥ እርሱም ቀንደ መለከቱን ነፋ፤ የአቢዔዝርም ሰዎች ተጠርተው በኋላው ተከተሉት።"

መጽሐፈ መሣፍንት 11:29፤ "የእግዚአብሔርም መንፈስ በዮፍታሔ ላይ መጣ፤ እርሱም ገለዓድንና ምናሴን አለፈ፥ በገለዓድም ያለውን ምጽጳን አለፈ፥ ከምጽጳም ወደ አሞን ልጆች አለፈ።"

መጽሐፈ መሣፍንት 13:25፤ "የእግዚአብሔርም መንፈስ በጾርዓና በኤሽታኦል መካከል ባለው በዳን ሰፈር ውስጥ ሊያነቃቃው [ሶምሶን] ጀመረ።"

መጽሐፈ ሳሙኤል ቀዳማዊ 10:9-10፤ "ከሳሙኤልም ዘንድ ለመሄድ ፊቱን በመለሰ ጊዜ እግዚአብሔር ሌላ ልብ ለወጠለት፤ በዚያም ቀን እነዚህ ምልክቶች ሁሉ ደረሱለት። ወደዚያም ኮረብታ በደረሰ ጊዜ፥ እነሆ፥ የነቢያት ጉባኤ አገኙት፤ የእግዚአብሔርም መንፈስ በኃይል ወረደበት፥ በመካከላቸውም ትንቢት ተናገረ።"

መጽሐፈ ሳሙኤል ቀዳማዊ 16:13፤ "ሳሙኤልም የዘይቱን ቀንድ ወስዶ በወንድሞቹ መካከል ቀባው። የእግዚአብሔርም መንፈስ ከዚያ ቀን ጀምሮ በዳዊት ላይ በኃይል መጣ። ሳሙኤልም ተነሥቶ ወደ አርማቴም ሄደ።"

5.3.3 አንዳንዶችን ለተለየ አገልግሎት ኃይልን ይሞላቸው ነበር፤ (የእግዚአብሔር መንፈስ ለተለየ ሥራ የለያቸው)

ኦሪት ዘጸአት 28:2-3፤ "የተቀደሰውንም ልብስ ለክብርና ለጌጥ እንዲሆን ለወንድምህ ለአሮን ሥራለት። አንተም ካህን ሆኖ እንዲያገለግለኝ አሮን ቅዱስ ይሆን ዘንድ ልብስ እንዲሠሩለት የጥበብ መንፈስ ለሞላሁባቸው በልባቸው ጥበበኞች ለሆኑት ሁሉ ተናገር።"

5.3.4 ለተወሰነ ጊዜ ነበር፤ (የእግዚአብሔር መንፈስ በሰዎች ውስጥ ለተወሰነ ጊዜ ብቻ ነበር የሚያድረው፣ የሚወርደው፣ የሚሞላው ለተለየ የእግዚአብሔር ሥራ ብቻ)

መጽሐፈ ሳሙኤል ቀዳማዊ 16:14፤ "የእግዚአብሔርም መንፈስ ከሳኦል ራቀ፥ ክፉም መንፈስ ከእግዚአብሔር ዘንድ አሠቃየው።"

መዝሙረ ዳዊት 51:11፤ "ከፊትህ አትጣለኝ፥ ቅዱስ መንፈስህንም ከእኔ ላይ አትውሰድብኝ።"

6. መንፈስ ቅዱስ በአዲስ ኪዳን፣

6.1 የመንፈስ ቅዱስ ማንነትን ለማወቅ በብሉይ ኪዳን ጥላ መረዳት አስፈላጊነት፥

በዕብራይስጥ ***ruah*** **(ሩሃ) - በግሪክ** ***pneuma*** **(ኑማ)** ፥ ይህ ቃል የሚያመለክተው መለኮታዊ የሆነውን የእግዚአብሔርን ኃይል ሥራ በፍጥረት ላይ፣ በሰዎች ላይ፣ በተፈጥሮ ላይ እና በዙሪያችን እንዴት መገለጡን መለማመድና መረዳት ላይ ነው፤ በሐዲስ ኪዳን የመንፈስ ቅዱስን መረዳት ለማግኘት የብሉይ ኪዳን ጥላነት እንደሚገባ መረዳት ጠቃሚ ነው፤

የዮሐንስ ወንጌል 3:8

"ነፋስ ወደሚወደው ይነፍሳል፥ ድምፁንም ትሰማለህ፥ ነገር ግን ከወዴት እንደ መጣ ወዴትም እንዲሄድ አታውቅም፤ ከመንፈስ የተወለደ ሁሉ እንዲሁ ነው።"

2ኛ ወደ ተሰሎንቄ ሰዎች 2:8

"በዚያም ጊዜ ጌታ ኢየሱስ በአፉ መንፈስ የሚያጠፋው፥ ሲመጣም በመገለጡ የሚሽረው ዓመፀኛ ይገለጣል፤"

የዮሐንስ ራእይ 11:11

" ከሦስቱ ቀን ተኩልም በኋላ ከእግዚአብሔር የወጣ የሕይወት መንፈስ ገባባቸው በእግሮቻቸውም ቆሙ፤ ታላቅም ፍርሃት በሚመለከቱት ላይ ወደቀባቸው።"

6.2 መንፈስ ቅዱስ በሐዲስ ኪዳን መነጽር፤

6.2.1 በክርስቶስ ሕይወት እና አገልግሎት ዙሪያ፤

4.2.1.1 በውልደቱ፤

የማቴዎስ ወንጌል 1:18

" የኢየሱስ ክርስቶስም ልደት እንዲህ ነበረ። እናቱ ማርያም ለዮሴፍ በታጨች ጊዜ ሳይገናኙ ከመንፈስ ቅዱስ ፀንሳ ተገኘች።"

የሉቃስ ወንጌል 1:35, 41, 67; 2:25-27

"መልአኩም መልሶ እንዲህ አላት። መንፈስ ቅዱስ በአንቺ ላይ ይመጣል፤ የልዑልም ኃይል ይጸልልሻል ስለዚህ ደግሞ ከአንቺ የሚወለደው ቅዱስ የእግዚአብሔር ልጅ ይባላል። ...

ኤልሳቤጥም የማርያምን ሰላምታ በሰማች ጊዜ ፅንሱ በማኅፀንዋ ውስጥ ዘለለ፤ በኤልሳቤጥም መንፈስ ቅዱስ ሞላባት፤ ...

አባቱ ዘካርያስም መንፈስ ቅዱስ ሞላበትና ትንቢት ተናገረ እንዲህም አለ። ...

እነሆም፤ በኢየሩሳሌም ስምዖን የሚባል ሰው ነበረ፤ ይህም ሰው የእስራኤልን መጽናናት ይጠባበቅ ነበር፤ ጻድቅና ትጉህም ነበረ፤ መንፈስ ቅዱስም በእርሱ ላይ ነበረ። በጌታም የተቀባውን ሳያይ

ሞትን እንዳያይ በመንፈስ ቅዱስ ተረድቶ ነበር። በመንፈስም ወደ መቅደስ ወጣ፤ ..."

6.2.1.2 በጥምቀቱ፥

የማርቆስ ወንጌል 1:9-11;

"በዚያ ወራትም ኢየሱስ ከገሊላ ናዝሬት መጥቶ ከዮሐንስ በዮርዳኖስ ወንዝ ተጠመቀ። ወዲያውም ከውኃው በወጣ ጊዜ ሰማያት ሲቀደዱ መንፈስም እንደ ርግብ ሲወርድበት አየና። የምወድህ ልጄ አንተ ነህ፥ በአንተ ደስ ይለኛል የሚል ድምፅ ከሰማያት መጣ።"

የሐዋርያት ሥራ 10:38

"እግዚአብሔር የናዝሬቱን ኢየሱስን በመንፈስ ቅዱስ በኃይልም ቀባው፥ እርሱም መልካም እያደረገ ለዲያብሎስም የተገዙትን ሁሉ እየፈወሰ ዞረ፥ እግዚአብሔር ከእርሱ ጋር ነበረና፤"

6.2.1.3 በአገልግሎቱ፥

የማቴዎስ ወንጌል 4:1; 12:18;

"ከዚያ ወዲያ ኢየሱስ ከዲያብሎስ ይፈተን ዘንድ መንፈስ ወደ ምድረ በዳ ወሰደው፥"

የማርቆስ ወንጌል 1:12;

"ወዲያውም መንፈስ ወደ ምድረ በዳ አወጣው።"

የሉቃስ ወንጌል 4:1, 14; 10:21;

"ኢየሱስም መንፈስ ቅዱስ መልቶበት ከዮርዳኖስ ተመለሰ፥ በመንፈስም ወደ ምድረ በዳ ተመርቶ፥ ...

ኢየሱስም በመንፈስ ኃይል ወደ ገሊላ ተመለሰ፤ ስለ እርሱም በዙሪያው ባለችው አገር ሁሉ ዝና ወጣ። ...

በዚያን ሰዓት ኢየሱስ በመንፈስ ቅዱስ ሐሤት አደረገና። የሰማይና የምድር ጌታ አባት ሆይ፥ ይህን ከጥበበኞችና ከአስተዋዮች ሰውረህ ለሕፃናት ስለ ገለጥህላቸው አመሰግናለሁ፤ አዎን አባት ሆይ፥ ፈቃድህ በፊተ እንዲህ ሆኖአልና።"

የዮሐንስ ወንጌል 3:34

"እግዚአብሔር የላከው የእግዚአብሔርን ቃል ይናገራልና፤ እግዚአብሔር መንፈሱን ሰፍሮ አይሰጥምና።"

6.2.2 የአዲሱ ትውልድ መንፈስ፥

የማርቆስ ወንጌል 1:8

"እኔ በውኃ አጠመቅኋችሁ እርሱ ግን በመንፈስ ቅዱስ ያጠምቃችኋል እያለ ይሰብክ ነበር።"

6.2.3 የአዲስ ሕይወት መንፈስ፥

የዮሐንስ ወንጌል 6:63; 3:3-8

"ሕይወትን የሚሰጥ መንፈስ ነው፤ ሥጋ ምንም አይጠቅምም፤ እኔ የነገርኋችሁ ቃል መንፈስ ነው ሕይወትም ነው።...

ኢየሱስም መልሶ። እውነት እውነት እልሃለሁ፥ ሰው ዳግመኛ ካልተወለደ በቀር የእግዚአብሔርን መንግሥት ሊያይ አይችልም አለው። ኒቆዲሞስም። ሰው ከሸመገለ በኋላ እንዴት ሊወለድ ይችላል፧ ሁለተኛ ወደ እናቱ ማኅፀን ገብቶ ይወለድ ዘንድ ይችላልን፧ አለው። ኢየሱስም መለሰ፥ እንዲህ ሲል። እውነት እውነት እልሃለሁ፥ ሰው ከውኃና ከመንፈስ ካልተወለደ በቀር ወደ እግዚአብሔር መንግሥት ሊገባ አይችልም። ከሥጋ የተወለደ ሥጋ ነው፥

ከመንፈስም የተወለደ መንፈስ ነው። ዳግመኛ ልትወለዱ ያስፈልጋችኋል ስላልሁህ አታድንቅ። ነፋስ ወደሚወደው ይነፍሳል፥ድምፁንም ትሰማለህ፥ ነገር ግን ከወዴት እንደ መጣ ወዴትም እንዲሄድ አታውቅም፤ ከመንፈስ የተወለደ ሁሉ እንዲሁ ነው።"

1ኛ የዮሐንስ መልእክት 3:9

"ስለዚህ የዲያብሎስን ሥራ እንዲያፈርስ የእግዚአብሔር ልጅ ተገለጠ። ከእግዚአብሔር የተወለደ ሁሉ ኃጢአትን አያደርግም፥ ዘሩ በእርሱ ይኖራልና፤ ከእግዚአብሔርም ተወልዶአልና ኃጢአትን ሊያደርግ አይችልም።"

የዮሐንስ ወንጌል 7:37-39; 4:10, 14

ከበዓሉም በታላቁ በኋለኛው ቀን ኢየሱስ ቆሞ። ማንም የተጠማ ቢኖር ወደ እኔ ይምጣና ይጠጣ። በእኔ የሚያምን መጽሐፍ እንዳለ፥ የሕይወት ውኃ ወንዝ ከሆዱ ይፈልቃል ብሎ ጮኸ። ይህን ግን በእርሱ የሚያምኑ ሊቀበሉት ስላላቸው ስለ መንፈስ ተናገረ፤ ኢየሱስ ገና ስላልከበረ መንፈስ ገና አልወረደም ነበርና።"

"ኢየሱስ መልሶ። የእግዚአብሔርን ስጦታና። ውኃ አጠጪኝ የሚልሽ ማን መሆኑንስ ብታውቂ፥ አንቺ ትለምኚው ነበርሽ የሕይወትም ውኃ ይሰጥሽ ነበር አላት።"

"እኔ ከምሰጠው ውኃ የሚጠጣ ሁሉ ግን ለዘላለም አይጠማም፥ እኔ የምሰጠው ውኃ በእርሱ ውስጥ ለዘላለም ሕይወት የሚፈልቅ የውኃ ምንጭ ይሆናል እንጂ አላት።"

6.2.4 የሐዲስ ኪዳን መንፈስ፥

4.2.4.1 "በመንፈስ ፈቃድ መመላለስ"

ወደ ሮሜ ሰዎች 7:6; 8:3-6, 14;

"አሁን ግን ለእርሱ ለታሰርንበት ስለ ሞትን፥ ከሕግ ተፈትተናል፥ ስለዚህም በአዲሱ በመንፈስ ኑሮ እንገዛለን እንጂ በአሮጌው በፊደል ኑሮ አይደለም። ...

ከሥጋ የተነሣ ስለ ደከመ ለሕግ ያልተቻለውን፥ እግዚአብሔር የገዛ ልጁን በኃጢአተኛ ሥጋ ምሳሌ በኃጢአትም ምክንያት ልኮ ኢድርጎአልና፤ እንደ መንፈስ ፈቃድ እንጂ እንደ ሥጋ ፈቃድ በባንመላለስ በእኛ የሕግ ትእዛዝ ይፈጸም ዘንድ ኃጢአትን በሥጋ ኰነነ። እንደ ሥጋ ፈቃድ የሚኖሩ የሥጋን ነገር ያስባሉና፥ እንደ መንፈስ ፈቃድ የሚኖሩ ግን የመንፈስን ነገር ያስባሉ። ስለ ሥጋ ማሰብ ሞት ነውና፥ ስለ መንፈስ ማሰብ ግን ሕይወትና ሰላም ነው። ... "

4.2.4.2 "በእግዚአብሔር መንፈስ መመራት"

ወደ ሮሜ ሰዎች 8:14

"በእግዚአብሔር መንፈስ የሚመሩ ሁሉ እነዚህ የእግዚአብሔር ልጆች ናቸውና።"

4.2.4.3 "በመንፈስ መመላለስ"

ወደ ገላትያ ሰዎች 5:1, 16, 18, 25

"በነጻነት ልንኖር ክርስቶስ ነጻነት አወጣን፤ እንግዲህ ጸንታችሁ ቁሙ እንደ ገናም በባርነት ቀንበር አትያዙ። ...

ነገር ግን እላለሁ፥ በመንፈስ ተመላለሱ፥ የሥጋንም ምኞት ከቶ አትፈጽሙ። ...

በመንፈስ ብትመሩ ግን ከሕግ በታች አይደላችሁም።

በመንፈስ ብንኖር በመንፈስ ደግሞ እንመላለስ።"

6.3 መንፈስ ቅዱስ ክርስቶስ ኢየሱስን ያከብራል፥

6.3.1.ክርስቶስን ማዕከላዊ በማድረግ በቅዱሳት መጻሕፍት ይገልጠዋል፤

የሉቃስ ወንጌል 24:27, 44-48

"ከሙሴና ከነቢያት ሁሉ ጀምሮ ስለ እርሱ በመጻሕፍት ሁሉ የተጻፈውን ተረጐመላቸው። ...

እርሱም። ከእናንተ ጋር ሳለሁ በሙሴ ሕግና በነቢያት በመዝሙራትም ስለ እኔ የተጻፈው ሁሉ ይፈጸም ዘንድ ይገባል ብዬ የነገርኋችሁ ቃሌ ይህ ነው አላቸው። በዚያን ጊዜም መጻሕፍትን ያስተውሉ ዘንድ አእምሮአቸውን ከፈተላቸው፤ እንዲህም አላቸው። ክርስቶስ መከራ ይቀበላል በሦስተኛውም ቀን ከሙታን ይነሣል፥ በስሙም ንስሐና የኃጢአት ስርየት ከኢየሩሳሌም ጀምሮ በአሕዛብ ሁሉ ይሰበካል ተብሎ እንዲሁ ተጽፎአል። እናንተም ለዚህ ምስክሮች ናችሁ።"

2ኛ የጴጥሮስ መልእክት 1:21

"ትንቢት ከቶ በሰው ፈቃድ አልመጣምና፥ ዳሩ ግን በእግዚአብሔር ተልከው ቅዱሳን ሰዎች በመንፈስ ቅዱስ ተነድተው ተናገሩ።"

6.3.2 ክርስቶስን በማወጅ ለወንጌል ስብከት ኃይልን ይሰጣል፥

የሐዋርያት ሥራ 1:8

"ነገር ግን መንፈስ ቅዱስ በእናንተ ላይ በወረደ ጊዜ ኃይልን ትቀበላላችሁ፥ በኢየሩሳሌምም በይሁዳም ሁሉ በሰማርያም እስከ ምድር ዳርም ድረስ ምስክሮቼ ትሆናላችሁ አለ።"

6.3.3 የክርስቶስን አዲስ ሕይወት በመስጠት ዳግም መወለድን ያመጣል (regeneration)

የዮሐንስ ወንጌል 3:5-8

"ኢየሱስም መለሰ፥ እንዲህ ሲል። እውነት እውነት እልሃለሁ፥ ሰው ከውኃና ከመንፈስ ካልተወለደ በቀር ወደ እግዚአብሔር መንግሥት ሊገባ አይችልም። ከሥጋ የተወለደ ሥጋ ነው፥ ከመንፈስም የተወለደ መንፈስ ነው። ዳግመኛ ልትወለዱ ያስፈልጋችኋል ስላልሁህ አታድንቅ። ነፋስ ወደሚወደው ይነፍሳል፥ ድምፁንም ትሰማለህ፥ ነገር ግን ከወዴት እንደ መጣ ወዴትም እንዲሄድ አታውቅም፤ ከመንፈስ የተወለደ ሁሉ እንዲሁ ነው።"

6.3.4 አማኞች ክርስቶስን እንዲመስሉ አማኞችን ይቀድሳል (sanctifies)፥

ወደ ሮሜ ሰዎች 8:29

"ልጁ በብዙ ወንድሞች መካከል በኵር ይሆን ዘንድ፥ አስቀድሞ ያወቃቸው የልጁን መልክ እንዲመስሉ አስቀድሞ ደግሞ ወስኖአልና፤"

1ኛ የዮሐንስ መልእክት 3:2

"ወዳጆች ሆይ፥ አሁን የእግዚአብሔር ልጆች ነን፥ ምንም እንደምንሆን ገና አልተገለጠም። ዳሩ ግን ቢገለጥ እርሱ እንዳለ እናየዋለንና እርሱን እንድንመስል እናውቃለን።"

7. መንፈስ ቅዱስ በቤተ ክርስቲያን፣

- መንፈስ ቅዱስ በቤተ ክርስቲያን የሚለውን ሀሳብ ስንመለከት የሚከተሉትን ሦስት (ጣምራ) ነገሮችን አብረን መመልከት አለብን፥

    1. ***የክርስቶስ ኢየሱስ ማረግ፤***
    2. ***የመንፈስ ቅዱስ መውረድ፤***
    3. ***የደቀ መዛሙርት ወንጌልን ይዞ መምጣት፤***

- መንፈስ ቅዱስ የቤተ ክርስቲያን ዋና አንቀሳቃሽና መሪ እንዲሆን የእግዚአብሔር ፈቃድ ነው፤
- ቤተ ክርስቲያን በበአለ ሃምሳ ጊዜ የመነሻዋ ምክኒያትና መሠረት የሆነው መንፈስ ቅዱስ ነው፤
- ቤተ ክርስቲያን በሐዋሪያት ሥራ ዘመን እና በታሪክ ውስጥ ህልውናዋን ጠብቃ የመኖርዋ እና የመቆምዋ ዋነኛ እና ብቸኛ ምክኒያት መንፈስ ቅዱስ ነው፤

ዛሬ መንፈስ ቅዱስ፥ ...

ዛሬ መንፈስ፥ ቤተ ክርስቲያንን እንደ አንድ አካል እና ቤተሰብ ያዘጋጃታል፥

አይሁድ ብንሆን የግሪክ ሰዎችም ብንሆን ባሪያዎችም ብንሆን ጨዋዎችም ብንሆን እኛ ሁላችን በአንድ መንፈስ አንድ አካል እንድንሆን ተጠምቀናልና። ሁላችንም አንዱን መንፈስ ጠጥተናል። 1ኛ ወደ ቆሮንቶስ ሰዎች 12:13

ኢየሱስም መለሰ፥ እንዲህ ሲል። እውነት እውነት እልሃለሁ፥ ሰው ከውኃና ከመንፈስ ካልተወለደ በቀር ወደ እግዚአብሔር መንግሥት ሊገባ

አይችልም። ለተቀበሉት ሁሉ ግን፥ በስሙ ለሚያምኑት ለእነርሱ የእግዚአብሔር ልጆች ይሆኑ ዘንድ ሥልጣንን ሰጣቸው፤ በእርሱ የሚያምን ሁሉ የዘላለም ሕይወት እንዲኖረው እንጂ እንዳይጠፋ እግዚአብሔር አንድያ ልጁን እስኪሰጥ ድረስ ዓለሙን እንዲሁ ወዶአልና። የዮሐንስ ወንጌል 3:51, 1:12, 3:16

የጌታን ስም የሚጠራ ሁሉ ይድናልና። ወደ ሮሜ ሰዎች 10:13

8. ዛሬ መንፈስ ቅዱስ፥ ቤተ ክርስቲያንን በእውነተኛ መሠረት፥ በቅድስና፣ እና በሕብረት ያንጻታል፥

መሠረት፥ በሐዋርያትና በነቢያት መሠረት ላይ ታንጻችኋል፥ የማዕዘኑም ራስ ድንጋይ ክርስቶስ ኢየሱስ ነው፤ በእርሱም ሕንጻ ሁሉ እየተጋጠመ በጌታ ቅዱስ ቤተ መቅደስ እንዲሆን ያድጋል፤ በእርሱም እናንተ ደግሞ ለእግዚአብሔር መኖሪያ ለመሆን በመንፈስ አብራችሁ ትሠራላችሁ። ወደ ኤፌሶን ሰዎች 2:20-22

ቅድስና፥ ባሎች ሆይ፥ ክርስቶስ ደግሞ ቤተ ክርስቲያንን እንደ ወደዳት ሚስቶቻችሁን ውደዱ፤ በውኃ መታጠብና ከቃሉ ጋር አንጽቶ እንዲቀድሳት ስለ እርስዋ ራሱን አሳልፎ ሰጠ፤ እድፈት ወይም የፊት መጨማደድ ወይም እንዲህ ያለ ነገር ሳይሆንባት ቅድስትና ያለ ነውር ትሆን ዘንድ ክብርት የሆነችን ቤተ ክርስቲያን ለራሱ እንዲያቀርብ ፈለገ። ወደ ኤፌሶን ሰዎች 5:25-27

ሕብረት፥ ከእርሱ ጋር ኅብረት አለን ብንል በጨለማም ብንመላለስ እንዋሻለን እውነትንም አናደርግም፤ ነገር ግን እርሱ በብርሃን እንዳለ

በብርሃን ብንመላለስ ለእያንዳንዳችን ኅብረት አለን፥ የልጁም የኢየሱስ ክርስቶስ ደም ከኃጢአት ሁሉ ያነጻናል። 1ኛ የዮሐንስ መልእክት 1:6-7

1. **ከእግዚአብሔር ጋራ ኅብረት፣**
2. **ከክርስቶስ ጋራ ኅብረት፣**
3. **ከመንፈስ ቅዱስ ጋራ ኅብረት**
4. **ከቅዱሳን ጋራ ኅብረት**

9. ዛሬ መንፈስ ቅዱስ፥ ቤተ ክርስቲያንን ለጸሎት እና ቃሉን ለመስበክ ኃይልን ይሰጣታል፥

እነሆም፥ አባቴ የሰጠውን ተስፋ እኔ እልክላችኋለሁ፤ እናንተ ግን ከላይ ኃይል እስክትለብሱ ድረስ በኢየሩሳሌም ከተማ ቆዩ። የሉቃስ ወንጌል 24:49

ከጸለዩም በኋላ ተሰብስበው የነበሩበት ስፍራ ተናወጠ፥ በሁሉም መንፈስ ቅዱስ ሞላባቸው፥ የእግዚአብሔርንም ቃል በግልጥ ተናገሩ። የሐዋርያት ሥራ 4:31

ነገር ግን መንፈስ ቅዱስ በእናንተ ላይ በወረደ ጊዜ ኃይልን ትቀበላላችሁ፥ በኢየሩሳሌምም በይሁዳም ሁሉ በሰማርያም እስከ ምድር ዳርም ድረስ ምስክሮቼ ትሆናላችሁ አለ። ... እንደ እሳትም የተከፋፈሉ ልሳኖች ታዩአቸው፤ በያንዳንዳቸውም ላይ ተቀመጡባቸው። ... ነገር ግን ጴጥሮስ ከአሥራ አንዱ ጋር ቆመ፥ ድምፁንም ከፍ አድርጎ እንዲህ ሲል ተናገራቸው። አይሁድ በኢየሩሳሌምም የምትኖሩ ሁላችሁ፥ ይህ በእናንተ ዘንድ የታወቀ ይሁን፥ ቃሎቼንም አድምጡ። ሐዋርያት ሥራ 1:8; 2:4, 14

10. *ዛሬ መንፈስ ቅዱስ፥ ቤተ ክርስቲያንን መሪዎችን በመስጠት፣ በመለየት፣ እና በማጽናት ይጠብቃታል፥*

እነዚህም ጌታን ሲያመልኩና ሲጦሙ መንፈስ ቅዱስ። በርናባስንና ሳውልን ለጠራኋቸው ሥራ ለዩልኝ አለ። በዚያን ጊዜም ከጦሙ ከጸለዩም እጃቸውንም ከጫኑ በኋላ አሰናበቱአቸው። እነርሱም በመንፈስ ቅዱስ ተልከው ወደ ሴሌውቅያ ወረዱ፤ ከዚያም በመርከብ ወደ ቆጵሮስ ሄዱ። ሐዋርያት ሥራ 13:2-4

በገዛ ደሙ የዋጃትን የእግዚአብሔርን ቤተ ክርስቲያን ትጠብቁአት ዘንድ መንፈስ ቅዱስ እናንተን ጳጳሳት አድርጎ ለሾመባት ለመንጋው ሁሉና ለራሳችሁ ተጠንቀቁ። ሐዋርያት ሥራ 20:28

ነገር ግን በሁሉ እንደ እግዚአብሔር አገልጋዮች ራሳችንን እናማጥናለን፤ በብዙ መጽናት፥ በመከራ፥ በችግር፥ በጭንቀት፥ በመገረፍ፥ በወኅኒ፥ በሁከት፥ በድካም፥ እንቅልፍ በማጣት፥ በመጦም፥ በንጽህና፥ በእውቀት፥ በትዕግሥት፥ በቸርነት፥ በመንፈስ ቅዱስ፥ ግብዝነት በሌለው ፍቅር፥ በእውነት ቃል፥..." 2ኛ ወደ ቆሮንቶስ ሰዎች 6:4-6

ስለዚህም ዛሬ መንፈስ ቅዱስ በቤተ ክርስቲያን ትክክለኛውን ስፍራ ከያዘ፥

1. ***ቤተ ክርስቲያን የእግዚአብሔር ኃይል እና የመገኘቱ ሙላት መገለጫ ትሆናለች፣***

2. ቤተ ክርስቲያን በሐዋሪያት ዘመን እንደሆነው፣ ከዚያም በበለጠ
ዓለምን ትለውጣለች፣

11. የመንፈስ ቅዱስ ስራ - ክፍል 1

11.1 መንፈስ ቅዱስ፥ ይፈጥራል፣ ያድሳል፣ ሕይወትን ይሰጣል፥

ምድርም ባዶ ነበረች፥ አንዳችም አልነበረባትም፤ ጨለማም በጥልቁ ላይ ነበረ፤ ኦሪት ዘፍጥረት 1:2

የእግዚአብሔርም መንፈስ በየእግዚአብሔር መንፈስ ፈጠረኝ፥ ሁሉንም የሚችል የአምላክ እስትንፋስ ሕይወት ሰጠኝ። ውኃ ላይ ሰፍፎ ነበር። መጽሐፈ ኢዮብ 33:4

መንፈስህን ትልካለህ ይፈጠራሉም፥ የምድርንም ፊት ታድሳለህ። መዝሙረ ዳዊት 104:30

11.2 መንፈስ ቅዱስ፥ መጽሐፍ ቅዱስ ሲጻፍ ለቅዱሳን ምሪትን እና መገለጥን ሰጥቷል፥

ትንቢት ከቶ በሰው ፈቃድ አልመጣምና፥ ዳሩ ግን በእግዚአብሔር ተልከው ቅዱሳን ሰዎች በመንፈስ ቅዱስ ተነድተው ተናገሩ። 2ኛ የጴጥሮስ መልእክት 1:21

11.3 መንፈስ ቅዱስ፥ በክርስቶስ መወለድ ላይ ትልቅ ሚና ተጫውቷል፥

መልአኩም መልሶ እንዲህ አላት። መንፈስ ቅዱስ በአንቺ ላይ ይመጣል፥ የልዑልም ኃይል ይጸልልሻል ስለዚህ ደግሞ ከአንቺ የሚወለደው ቅዱስ የእግዚአብሔር ልጅ ይባላል። የሉቃስ ወንጌል 1:35

11.4 መንፈስ ቅዱስ፥ ስለ ኃጢያት ስለ ጽድቅም ስለ ፍርድም ዓለምን ይወቅሳል፥

እርሱም መጥቶ ስለ ኃጢአት ስለ ጽድቅም ስለ ፍርድም ዓለምን ይወቅሳል፤ ስለ ኃጢአት፥ በእኔ ስለማያምኑ ነው፤ ስለ ጽድቅም፥ ወደ አብ ስለምሄድ ከዚህም በኋላ ስለማታዩኝ ነው፤ ስለ ፍርድም፥ የዚህ ዓለም ገዥ ስለ ተፈረደበት ነው። የዮሐንስ ወንጌል 16:8-11

11.5 መንፈስ ቅዱስ፥ መጽናናትን ይሰጣል፥

ብትወዱኝ ትእዛዜን ጠብቁ። እኔም አብን እለምናለሁ ለዘላለምም ከእናንተ ጋር እንዲኖር ሌላ አጽናኝ ይሰጣችኋል፤ እርሱም ዓለም የማያየውና የማያውቀው ስለ ሆነ ሊቀበለው የማይቻለው የእውነት መንፈስ ነው፤ ነገር ግን ከእናንተ ዘንድ ስለሚኖር በውስጣችሁም ስለሚሆን እናንተ ታውቃላችሁ። የዮሐንስ ወንጌል 14:15-17

እኔ ግን እውነት እነግራችኋለሁ፤ እኔ እንድሄድ ይሻላችኋል። እኔ ባልሄድ አጽናኙ ወደ እናንተ አይመጣምና፤ እኔ ብሄድ ግን እርሱን እልከላችኋለሁ። ... የምነግራችሁ ገና ብዙ አለኝ፥ ነገር ግን አሁን ልትሸከሙት አትችሉም። ግን እርሱ የእውነት መንፈስ በመጣ ጊዜ ወደ እውነት ሁሉ ይመራችኋል፤ የሚሰማውን ሁሉ ይናገራል እንጂ ከራሱ አይነግርምና፤ የሚመጣውንም ይነግራችኋል። እርሱ ያከብረኛል፥ ለእኔ ካለኝ ወስዶ ይነግራችኋልና። የዮሐንስ ወንጌል 16:7; 12-14

11.6 መንፈስ ቅዱስ፥ ከእግዚአብሔር የተቀበልነው የእግዚአብሔር ልጅነታችን ማረጋገጫ መንፈስ ነው፥

አባ አባት ብለን የምንጮኽበትን የልጅነት መንፈስ ተቀበላችሁ እንጂ እንደገና ለፍርሃት የባርነትን መንፈስ አልተቀበላችሁምና። ወደ ሮሜ ሰዎች 8:15

11.7 መንፈስ ቅዱስ፥ እውነትን ያስተምራል መንፈሳዊ ነገርን ይገልጣል፥

ግን እርሱ የእውነት መንፈስ በመጣ ጊዜ ወደ እውነት ሁሉ ይመራችኋል፤ የሚሰማውን ሁሉ ይናገራል እንጂ ከራሱ አይነግርምና፤ የሚመጣውንም ይነግራችኋል። እርሱ ያከብረኛል፥ ለእኔ ካለኝ ወስዶ ይነግራችኋልና። የዮሐንስ ወንጌል 16:12-14

መንፈሳዊውን ነገር ከመንፈሳዊው ነገር ጋር አስተያይተን መንፈስ በሚያስተምረን ቃል ይህን ደግሞ እንናገራለን እንጂ የሰው ጥበብ በሚያስተምረን ቃል አይደለም። 1ኛ ወደ ቆሮንቶስ ሰዎች 2:13

11.8 መንፈስ ቅዱስ፥ ድካማችንን ያግዛል፤ በጸሎት ጊዜ ራሱ በማይነገር መቃተት ይማልዳል፥

እንዲሁም ደግሞ መንፈስ ድካማችንን ያግዛል፤ እንዴት እንድንጸልይ እንደሚገባን አናውቅምና፥ ነገር ግን መንፈስ ራሱ በማይነገር መቃተት ይማልድልናል፤ ልብንም የሚመረምረው የመንፈስ አሳብ ምን እንደ ሆነ ያውቃል፥ እንደ እግዚአብሔር ፈቃድ ስለ ቅዱሳን ይማልዳልና። ወደ ሮሜ ሰዎች 8:26-27

11.9 መንፈስ ቅዱስ፥ ኢየሱስን ከሙታን ያስነሣው ነው፥

ነገር ግን ኢየሱስን ከሙታን ያስነሣው የእርሱ መንፈስ በእናንተ ዘንድ ቢኖር፥ ክርስቶስ ኢየሱስን ከሙታን ያስነሣው እርሱ በእናንተ በሚኖረው በመንፈሱ፥ ለሚሞተው ሰውነታችሁ ደግሞ ሕይወትን ይሰጠዋል። ወደ ሮሜ ሰዎች 8:11

ክርስቶስ ደግሞ ወደ እግዚአብሔር እንዲያቀርበን እርሱ ጻድቅ ሆኖ ስለ ዓመፀኞች አንድ ጊዜ በኃጢአት ምክንያት ሞቶአልና፤ በሥጋ ሞተ በመንፈስ ግን ሕያው ሆነ፥ 1ኛ የጴጥሮስ መልእክት 1:21

11.10 መንፈስ ቅዱስ፥ ለአገልግሎት ይልካል፥

እነርሱም በመንፈስ ቅዱስ ተልከው ወደ ሴሌውቅያ ወረዱ፤ ከዚያም በመርከብ ወደ ቆጵሮስ ሄዱ። የሐዋርያት ሥራ 13:4

11.11 መንፈስ ቅዱስ፥ ስጦታን በመስጠት በቤተ ክርስቲያን ይሰራል፥

ነገር ግን መንፈስ ቅዱስን መግለጥ ለእያንዳንዱ ለጥቅም ይሰጠዋል። ለአንዱ ጥበብን መናገር በመንፈስ ይሰጠዋልና፥ ለአንዱም በዚያው መንፈስ እውቀትን መናገር ይሰጠዋል፥ ለአንዱም በዚያው መንፈስ እምነት፥ ለአንዱም በአንዱ መንፈስ የመፈወስ ስጦታ፥ ለአንዱም ተአምራትን ማድረግ፥ ለአንዱም ትንቢትን መናገር፥ ለአንዱም መናፍስትን መለየት፥ ለአንዱም በልዩ ዓይነት ልሳን መናገር፥ ለአንዱም በልሳኖች የተነገረውን መተርጎም ይሰጠዋል፤ ይህን ሁሉ ግን ያ አንዱ መንፈስ እንደሚፈቅድ ለእያንዳንዱ ለብቻው እያካፈለ ያደርጋል። 1ኛ ወደ ቆሮንቶስ ሰዎች 12:7-11

12. የመንፈስ ቅዱስ ስራ - ክፍል 2

12.1. የመንፈስ ቅዱስ ስራ በድነት ላይ፣

12.1.1 መንፈስ ቅዱስ ዳግመኛ ልደት ይሰጣል፥ የሰው ልጅ በመንፈስ ቅዱስ አገልግሎት እና ስራ ዳግም ይወለዳል፣ የዘላለም ሕይወት ይቀበላል፣ እንዲሁም መታደስን ያገኛል፤

" ኢየሱስም መልሶ። እውነት እውነት እልሃለሁ፥ ሰው ዳግመኛ ካልተወለደ በቀር የእግዚአብሔርን መንግሥት ሊያይ አይችልም አለው። ኒቆዲሞስም። ሰው ከሸመገለ በኋላ እንዴት ሊወለድ ይችላል? ሁለተኛ ወደ እናቱ ማኅፀን ገብቶ ይወለድ ዘንድ ይችላልን? አለው። ኢየሱስም መለሰ፥ እንዲህ ሲል። እውነት እውነት እልሃለሁ፥ ሰው ከውኃና ከመንፈስ ካልተወለደ በቀር ወደ እግዚአብሔር መንግሥት ሊገባ አይችልም። ከሥጋ የተወለደ ሥጋ ነው፥ ከመንፈስም የተወለደ መንፈስ ነው። ዳግመኛ ልትወለዱ ያስፈልጋችኋል ስላልሁህ አታድንቅ። ነፋስ ወደሚወደው ይነፍሳል፥ ድምፁንም ትሰማለህ፥ ነገር ግን ከወዴት እንደ መጣ ወዴትም እንዲሄድ አታውቅም፤ ከመንፈስ የተወለደ ሁሉ እንዲሁ ነው። " (የዮሐንስ ወንጌል 3:3-8)

" ሕይወትን የሚሰጥ መንፈስ ነው፤ ሥጋ ምንም አይጠቅምም፤ እኔ የነገርኋችሁ ቃል መንፈስ ነው ሕይወትም ነው። " (የዮሐንስ ወንጌል 6:63)

“ እንደ ምሕረቱ መጠን ለአዲስ ልደት በሚሆነው መታጠብና በመንፈስ ቅዱስ በመታደስ አዳነን እንጂ፥ እኛ ስላደረግነው በጽድቅ ስለ ነበረው ሥራ አይደለም፤ “ (ወደ ቲቶ 3:5)

121.1.2. መንፈስ ቅዱስ በአማኝ ውስጥ ያድራል፥ የሰው ልጅ መንፈስ ቅዱስ በውስጡ ካላደረ በቀር የክርስቶስ ሊሆን አይችልም፤

“ እርሱም ዓለም የማያየውና የማያውቀው ስለ ሆነ ሊቀበለው የማይቻለው የእውነት መንፈስ ነው፤ ነገር ግን ከእናንተ ዘንድ ስለሚኖር በውሥጣችሁም ስለሚሆን እናንተ ታውቃላችሁ። “ (የዮሐንስ ወንጌል 14:17)

“ እናንተ ግን የእግዚአብሔር መንፈስ በእናንተ ዘንድ ቢኖር፥ በመንፈስ እንጂ በሥጋ አይደላችሁም። የክርስቶስ መንፈስ የሌለው ከሆነ ግን ይኸው የእርሱ ወገን አይደለም። ... ነገር ግን ኢየሱስን ከሙታን ያስነሣው የእርሱ መንፈስ በእናንተ ዘንድ ቢኖር፥ ክርስቶስ ኢየሱስን ከሙታን ያስነሣው እርሱ በእናንተ በሚኖረው በመንፈሱ፥ ለሚሞተው ሰውነታችሁ ደግሞ ሕይወትን ይሰጠዋል። “ (**ወደ ሮሜ ሰዎች** 8:9,11)

“ የእግዚአብሔር ቤተ መቅደስ እንደ ሆናችሁ የእግዚአብሔርም መንፈስ እንዲኖርባችሁ አታውቁምን? “ (**1ኛ ወደ ቆሮንቶስ ሰዎች 3:16**)

“ ወይስ ሥጋችሁ ከእግዚአብሔር የተቀበላችሁት በእናንተ የሚኖረው የመንፈስ ቅዱስ ቤተ መቅደስ እንደ ሆነ አታውቁምን? በዋጋ ተገዝታችኋልና ለራሳችሁ አይደላችሁም፤ ስለዚህ በሥጋችሁ እግዚአብሔርን አክብሩ። “ (**1ኛ ወደ ቆሮንቶስ ሰዎች** 6:19-20)

12.1.3. መንፈስ ቅዱስ ያጠምቃል፥ አማኝ የክርስቶስ አካል ለመሆን በመንፈስ ቅዱስ ይጠመቃል፤

“ እኔስ ለንስሐ በውኃ አጠምቃችኋለሁ፤ ጫማውን እሸከም ዘንድ የማይገባኝ ከእኔ በኋላ የሚመጣው ግን ከእኔ ይልቅ ይበረታል፤ እርሱ በመንፈስ ቅዱስ በእሳትም ያጠምቃችኋል፤ “ (**የማቴዎስ** ወንጌል 3:11)

“ እኔ በውኃ አጠመቅኋችሁ እርሱ ግን በመንፈስ ቅዱስ ያጠምቃችኋል እያለ ይሰብክ ነበር። “ (**የማርቆስ ወንጌል** 1:8)

“ ዮሐንስ መልሶ። እኔስ በውኃ አጠምቃችኋለሁ፤ ነገር ግን የጫማውን ጠፍር መፍታት ከማይገባኝ ከእኔ የሚበረታ ይመጣል፤ እርሱ በመንፈስ ቅዱስና በእሳት ያጠምቃችኋል፤ “ (**የሉቃስ ወንጌል 3:16**)

“ አይሁድ ብንሆን የግሪክ ሰዎችም ብንሆን ባሪያዎችም ብንሆን ጨዋዎችም ብንሆን እኛ ሁላችን በአንድ መንፈስ አንድ አካል

እንድንሆን ተጠምቀናልና። ሁላችንም አንዱን መንፈስ ጠጥተናል። “ (**1ኛ ወደ ቆሮንቶስ ሰዎች** 12:13)

12.1.4. መንፈስ ቅዱስ ያትማል፥ መንፈስ ቅዱስ አማኞችን ያትማል፣ ይህም የእግዚአብሔር መሆናችንን ያረጋግጥልናል፣ ድናታችንም እስከፍጻሜ መሆኑን ያጸናልናል፤

“ ደግሞም ያተመን የመንፈሱንም መያዣ በልባችን የሰጠን እርሱ ነው። “ (**2ኛ ወደ ቆሮንቶስ ሰዎች** 1:22)

“ እናንተም ደግሞ የእውነትን ቃል፥ ይኸውም የመዳናችሁን ወንጌል፥ ሰምታችሁ ደግሞም በክርስቶስ አምናችሁ፥ በተስፋው መንፈስ በመንፈስ ቅዱስ ታተማችሁ፤ “ (**ወደ ኤፌሶን ሰዎች** 1:13)

“ ለቤዛም ቀን የታተማችሁበትን ቅዱሱን የእግዚአብሔርን መንፈስ አታሳዝኑ። “ (**ወደ ኤፌሶን ሰዎች** 4:30)

“ የእግዚአብሔር ልጆች መሆናችንን ያ መንፈስ ራሱ ከመንፈሳችን ጋር ይመሰክራል። “ (**ወደ ሮሜ ሰዎች** 8:16)

12.1.5. መንፈስ ቅዱስ ይሞላል፥ አማኞች መንፈስ ይሙላባችሁ ተብለን ታዘናል፣ የመንፈስ ቅዱስ ሙላት በሁለት ይከፈላል፣ (1) መንፈሳዊ ኢድገትን በተመለከተ መንፈስ ይሙላባችሁ ተብለናል፣

(2) መንፈስ ቅዱስ ለተለየ አገልግሎት እና ኃይልን ለማስታጠቅ አማኞችን ይሞላናል፤

“ መንፈስ ይሙላባችሁ እንጂ በወይን ጠጅ አትስከሩ ይህ ማባከን ነውና፤ “ (**ወደ ኤፌሶን ሰዎች** 5:18)

“ በዚያን ጊዜ ጴጥሮስ መንፈስ ቅዱስንም ተሞልቶ እንዲህ አላቸው። እናንተ የሕዝብ አለቆችና ሽማግሌዎች፥ … ከጸለዩም በኋላ ተሰብስበው የነበሩበት ስፍራ ተናወጠ፥ በሁሉም መንፈስ ቅዱስ ሞላባቸው፥ የእግዚአብሔርንም ቃል በግልጥ ተናገሩ። “ (**የሐዋርያት ሥራ** 4:8,31)

“ ወንድሞች ሆይ፥ በመልካም የተመሰከረላቸውን መንፈስ ቅዱስና ጥበብም የሞላባቸውን ሰባት ሰዎች ከእናንተ ምረጡ፥ ለዚህም ጉዳይ እንሾማቸዋለን፤ “ (**የሐዋርያት ሥራ** 6:3)

“ ሐናንያም ሄዶ ወደ ቤቱ ገባ፥ እጁንም ጭኖበት። ወንድሜ ሳውል ሆይ፥ ጌታ፥ እርሱም በመጣህበት መንገድ የታየህ ኢየሱስ ነው፥ ደግሞ ታይ ዘንድና መንፈስ ቅዱስ ይሞላብህ ዘንድ ላከኝ አለ። “ (**የሐዋርያት ሥራ** 9:17)

“ [በርናባስ] ደግ ሰውና መንፈስ ቅዱስ እምነትም የሞላበት ነበረና። ብዙ ሕዝብም ወደ ጌታ ተጨመሩ። “ (**የሐዋርያት ሥራ** 11:24)

" ጳውሎስ የተባለው ሳውል ግን መንፈስ ቅዱስን ተሞልቶ ትኵር ብሎ ሲመለከተው:: " (የሐዋርያት ሥራ 13:9)

መንፈስ ቅዱስ ይመራል፤ አማኞች "በመንፈስ ተመላለሱ"፣ "በመንፈስ ተመሩ" ተብለን ታዘናል:: መንፈስ ቅዱስ አማኞችን ህግን ብቻ ከመጠበቅ ብቻ በሚል ባርነት ይጠብቃል፣ በተጨማሪም ራስን በመግዛት እና በጭምትነት የክርስትናን ኑሮ ለመኖር እንድንችል ይመራናል፤

" ነገር ግን እላለሁ፤ በመንፈስ ተመላለሱ፤ የሥጋንም ምኞት ከቶ አትፈጽሙ:: ... በመንፈስ ብንኖር በመንፈስ ደግሞ እንመላለስ:: " (ወደ ገላትያ ሰዎች 5:16,25)

" መንፈስም ፊልጶስን:: ወደዚህ ሰረገላ ቅረብና ተገናኝ አለው:: " (የሐዋርያት ሥራ 8:29)

" እነዚህም ጌታን ሲያመልኩና ሲጦሙ መንፈስ ቅዱስ:: በርናባስንና ሳውልን ለጠራኋቸው ሥራ ለዩልኝ አለ:: " (የሐዋርያት ሥራ 13:2)

" ከብዙ ክርክርም በኋላ ጴጥሮስ ተነሥቶ እንዲህ አላቸው ወንድሞች ሆይ፤ አሕዛብ ከአፌ የወንጌልን ቃል ሰምተው ያምኑ ዘንድ እግዚአብሔር በመጀመሪያው ዘመን ከእናንተ እኔን እንደ መረጠኝ እናንተ ታውቃላችሁ:: ልብንም የሚያውቅ አምላክ ለእኛ

ደግሞ እንደ ሰጠን መንፈስ ቅዱስን በመስጠት መሰከረላቸው፤ ልባቸውንም በእምነት ሲያነጻ በእኛና በእነርሱ መካከል አንዳች አልለየም። “ (**የሐዋርያት ሥራ** 15:7-9)

“ በእስያም ቃሉን እንዳይናገሩ መንፈስ ቅዱስ ስለ ከለከላቸው በፍርግያና በገላትያ አገር አለፉ፤ “ (**የሐዋርያት ሥራ** 16:6)

“ በእግዚአብሔር መንፈስ የሚመሩ ሁሉ እነዚህ የእግዚአብሔር ልጆች ናቸውና። “ (**ወደ ሮሜ ሰዎች** 8:14)

መንፈስ ቅዱስ ኃይል ይሰጣል፥ በአማኝ ውስጥ ያደረው መንፈስ ቅዱስ አማኞች ድል የተሞላ የክርስትና ኑሮ እንዲኖሩ ያደርጋል፣ የመንፈስ ፍሬ እንዲያፈሩ ያደርጋል፣ በስጋና በሰይጣን ላይ ድልን እንዲያገኙ ያደርጋል፤

“ እንደ ሥጋ ፈቃድ ብትኖሩ ትሞቱ ዘንድ አላችሁና፤ በመንፈስ ግን የሰውነትን ሥራ ብትገድሉ በሕይወት ትኖራላችሁ። “ (**ወደ ሮሜ ሰዎች** 8:13)

“ ሥጋ በመንፈስ ላይ መንፈስም በሥጋ ላይ ይመኛልና፥ እነዚህም እርስ በርሳቸው ይቀዋወማሉ፤ ስለዚህም የምትወዱትን ልታደርጉ አትችሉም። በመንፈስ ብትመሩ ግን ከሕግ በታች አይደላችሁም። ... የመንፈስ ፍሬ ግን ፍቅር፥ ደስታ፥ ሰላም፥ ትዕግሥት፥ ቸርነት፥ በጎነት፥ እምነት፥ የውሃት፥ ራስን መግዛት ነው። እንደዚህ ያሉትን

የሚከለክል ሕግ የለም። " (**ወደ ገላትያ ሰዎች** 5:17-18,22-23)

13. መንፈስ ቅዱስ በቤተ ክርስቲያን፣ - የመንፈስ ቅዱስ ስጦታ

" እንደዚህ የጌታችንን የኢየሱስ ክርስቶስን መገለጥ ስትጠባበቁ አንድ የጸጋ ስጦታ እንኳ አይጎድልባችሁም፤ እርሱም ደግሞ በጌታችን በኢየሱስ ክርስቶስ ቀን ያለ ነቀፋ እንድትሆኑ እስከ ፍጻሜ ድረስ ያጸናችኋል። " (2ኛ ወደ ቆሮንቶስ ሰዎች 1:7-8)

የመንፈስ ቅዱስ ስራ፥ "የእግዚአብሔርን ገቢራዊ ሐልዎት ወይም መገኘት በቤተ ክርስቲያን ውስጥ እንዲሁም በዓለም ላይ መግለጽ የመንፈስ ቅዱስ ስራ ይባላል።"

የመንፈስ ቅዱስ ስጦታ፥ "መንፈሳዊ ስጦታ፥ ከመንፈስ ቅዱስ ኃይልን ያገኘ ማንኛውም ችሎታ ሲሆን፣ በማንኛውም የቤተ ክርስቲያን አገልግሎት ውስጥ ጥቅም ላይ ይውላል።"

13.1 . በሐዲስ ኪዳን ዘመን የመንፈሳዊ ስጦታዎች ዓላማ፤

መንፈሳዊ ስጦታዎች የተሰጡት ክርስቶስ እስከሚመለስ ድረስ ቤተ ክርስቲያን አገልግሎቷን ትፈጽም ዘንድ ለማስቻል ነው።

" እንደዚህ የጌታችንን የኢየሱስ ክርስቶስን መገለጥ ስትጠባበቁ አንድ የጸጋ ስጦታ እንኳ አይጎድልባችሁም፤ ... ፍጹም የሆነ ሲመጣ ግን ተከፍሎ የነበረው ይሻራል። ... እንዲሁ ደግሞ እናንተ መንፈሳዊ ስጦታን በብርቱ የምትፈልጉ ከሆናችሁ ቤተ ክርስቲያንን

ለማነጽ እንዲበዛላችሁ ፈልጉ። “ (**1ኛ ወደ ቆሮንቶስ ሰዎች** 1:7, 13:10, 14:12)

13.2. የመንፈስ ቅዱስ ስጦታዎች በሚመጣው ዘመን የእና የሚሆነውን የመንፈስ ቅዱስ ሙሉ ሥራ በከፊል የሚገልጹ ቅምሻዎች ናቸው።

“ ከእውቀት ከፍለን እናውቃለንና፥ ከትንቢትም ከፍለን እንናገራለንና፤ ፍጹም የሆነ ሲመጣ ግን ተከፍሎ የነበረው ይሻራል። ዛሬስ በመስተዋት በድንግዝግዝ እንደምናይ ነን በዚያን ጊዜ ግን ፊት ለፊት እናያለን፤ ዛሬስ ከእውቀት ከፍዬ አውቃለሁ በዚያን ጊዜ ግን እኔ ደግሞ እንደ ታወቅሁ አውቃለሁ። “ (**1ኛ ወደ ቆሮንቶስ ሰዎች** 13:9-10,12)

“ እናንተም ደግሞ የእውነትን ቃል፥ ይኸውም የመዳናችሁን ወንጌል፥ ሰምታችሁ ደግሞም በክርስቶስ አምናችሁ፥ በተስፋው መንፈስ በመንፈስ ቅዱስ ታተማችሁ፤ እርሱም የርስታችን መያዣ ነው፥ ለእግዚአብሔር ያለውን ሁሉ እስኪዋጅ ድረስ፥ ይህም ለክብሩ ምስጋና ይሆናል። “ (**ወደ ኤፌሶን ሰዎች** 1:13-14)

13.3. ስንት ሥጦታዎች አሉ? መጽሐፍ ቅዱስ የስጦታዎችን ዝርዝር ለማውጣት ጥረት አያደርግም፤

" ለአንዱ ጥበብን መናገር በመንፈስ ይሰጠዋልና፤ ለአንዱም በዚያው መንፈስ እውቀትን መናገር ይሰጠዋል፤ ለአንዱም በዚያው መንፈስ እምነት፤ ለአንዱም በአንዱ መንፈስ የመፈወስ ስጦታ፤ ለአንዱም ተአምራትን ማድረግ፤ ለአንዱም ትንቢትን መናገር፤ ለአንዱም መናፍስትን መለየት፤ ለአንዱም በልዩ ዓይነት ልሳን መናገር፤ ለአንዱም በልሳኖች የተነገረውን መተርጎም ይሰጠዋል፤ " (1ኛ ወደ ቆሮንቶስ ሰዎች 12:8-10)

" እግዚአብሔርም በቤተ ክርስቲያን አንዳንዶቹን አስቀድሞ ሐዋርያትን፤ ሁለተኛም ነቢያትን፤ ሦስተኛም አስተማሪዎችን፤ ቀጥሎም ተአምራት ማድረግን፤ ቀጥሎም የመፈወስን ስጦታ፤ እርዳታንም፤ አገዛዝንም፤ የልዩ ልዩ ዓይነት ልሳኖችንም አድርጎአል። ሁሉ ሐዋርያት ናቸውን? ሁሉስ ነቢያት ናቸውን? ሁሉስ አስተማሪዎች ናቸውን? ሁሉስ ተአምራትን ይሠራሉን? ሁሉስ የመፈወስ ስጦታ አላቸውን? ሁሉስ በልሳኖች ይናገራሉን? ሁሉስ ይተረጉማሉን? " (1ኛ ወደ ቆሮንቶስ ሰዎች 12:28-30)

" እንደ ተሰጠንም ጸጋ ልዩ ልዩ ስጦታ አለን፤ ትንቢት ቢሆን እንደ እምነታችን መጠን ትንቢት እንናገር፤ አገልግሎት ቢሆን በአገልግሎታችን እንትጋ፤ የሚያስተምርም ቢሆን በማስተማሩ ይትጋ፤ የሚመክርም ቢሆን በመምከሩ ይትጋ፤ የሚሰጥ በልግስና

ይስጥ፤ የሚገዛ በትጋት ይግዛ፤ የሚምር በደስታ ይማር። “ (**ወደ ሮሜ ሰዎች** 12:6-8)

“ እርሱም አንዳንዶቹ ሐዋርያት፥ ሌሎቹም ነቢያት፥ ሌሎቹም ወንጌልን ሰባኪዎች፥ ሌሎቹም እረኞችና አስተማሪዎች እንዲሆኑ ሰጠ፤ “ (**ወደ ኤፌሶን ሰዎች** 4:11)

1ኛ ወደ ቆሮንቶስ ሰዎች 12:8-10	1ኛ ወደ ቆሮንቶስ ሰዎች 12:29-30	ወደ ሮሜ ሰዎች 12:6-8	ወደ ኤፌሶን ሰዎች 4:11
ጥበብን መናገር			
እውቀትን መናገር			
የመፈወስ ስጦታ	የመፈወስ ስጦታ		
ተአምራትን ማድረግ	ተአምራትን ማድረግ		
ትንቢትን መናገር	ትንቢትን መናገር	ትንቢትን መናገር	ትንቢትን መናገር
መናፍስትን መለየት	መናፍስትን መለየት		
በልዩ ዓይነት ልሳን መናገር	በልዩ ዓይነት ልሳን መናገር		
በልሳኖች የተነገረውን መተርጎም			
	ሐዋሪያነት		ሐዋሪያነት

	አስተማሪዎች	አስተማሪዎች	አስተማሪዎች / አስተማሪ እረኞች
	እርዳታ / መርዳት		
		አገልግሎት	
	አገዛዝ / አስተዳደር		
		መምከር	
		መስጠት	
		መግዛት / መሪነት	
		መማር / ምሕረት ማድረግ	
			ወንጌል ሰባኪ
			እረኞች

13.4 . መንፈሳዊ ስጦታዎችን ለይቶ ማወቅና ለማግኘትም መሻት፤

13.4.1. አማኞች እግዚአብሔር የሰጣቸውን መንፈሳዊ (የመንፈስ ቅዱስ) ስጦታዎችን አለማወቃቸው ችግሩ ምንድነው?

13.4.1.1. እንደሚገባ የእግዚአብሔር ህልውና ወይንም መገኘት በቤተ ክርስቲያን እና በአማኞች ውስጥ አይገለጥም፤

13.4.1.2. የክርስቶስ አካል እንደሚገባ አይታነጽም፤

13.4.1.3. መንፈሳዊ እድገት በቤተ ክርስቲያን ውስጥ የሚገባውን ያህል አይታይም፤

13.4. 1.4. ሁሉም አማኝ አገልጋይ ወደ መሆን ደረጃ አያድግም፤

ቤተ ክርስቲያን፥ አማኞች እግዚአብሔር የሰጣቸውን መንፈሳዊ (የመንፈስ ቅዱስ) ስጦታዎችን እንዲያውቁ እና በስጦታዎቻቸውም እንዲያገለግሉ ምን ታድርግ?

በእምነት መጸለይ፤

" ከእናንተ ግን ማንም ጥበብ ቢጎድለው፥ ሳይነቅፍ በልግስና ለሁሉ የሚሰጠውን እግዚአብሔርን ይለምን፥ ለእርሱም ይሰጠዋል። ነገር ግን በምንም ሳይጠራጠር በእምነት ይለምን፤ የሚጠራጠር ሰው በነፋስ የተገፋና የተነቃነቀ የባሕርን ማዕበል ይመስላልና። " (የያዕቆብ መልእክት 1፥5-6)

3.1.5.2. ቤተ ክርስቲያን፥ በቂ የሆነ አገልግሎቶችን መድረክ መክፈት አለባት፤
3.1.5.3. አማኞች መንፈሳዊ (የመንፈስ ቅዱስ) ስጦታቸውን እንዲጠቀሙ ማበረታታት፤
መንፈሳዊ (የመንፈስ ቅዱስ) ስጦታዎችን በብርቱ መፈለግ፤

" ነገር ግን የሚበልጠውን የጸጋ ስጦታ በብርቱ ፈልጉ። ደግሞም ከሁሉ የሚበልጥ መንገድ አሳያችኋለሁ። ... ፍቅርን ተከታተሉ፥ መንፈሳዊ ስጦታንም ይልቁንም ትንቢት መናገርን በብርቱ ፈልጉ። ... ሁላችሁ በልሳኖች ልትናገሩ እወድ ነበር፥ ትንቢትን ልትናገሩ ግን ከዚህ ይልቅ እወዳለሁ፤ ማኅበሩ ይታነጽ ዘንድ ንግግሩን

ባይተረጐም በልሳኖች ከሚናገር ትንቢትን የሚናገር ይበልጣል። “ (**1ኛ ወደ ቆሮንቶስ ሰዎች** 12:31, 14:1,5)

እግዚአብሔር የመንፈስ ቅዱስ ስጦታዎችን እንዲሰጠን እንጸልይ (እንለምን)፤

*“ ስለዚህ በልሳን የሚናገር እንዲተረጉም ይጸልይ። “ (**1ኛ ወደ ቆሮንቶስ ሰዎች** 14:13)*

መንፈሳዊ ስጦታዎችን የምንሻበት ትክክለኛ ምክኛት ይኑረን፤

*“ ፍቅርን ተከታተሉ፥ መንፈሳዊ ስጦታንም ይልቁንም ትንቢት መናገርን በብርቱ ፈልጉ። “ (**1ኛ ወደ ቆሮንቶስ ሰዎች** 14:1)*

አማኝ የእግዚአብሔር ስጦታዎች ለመለማመድ ምቹ ሁኔታዎችን በብርቱ መሻት አለበት፣ (የአገልግሎት በሮች ሁሉ ማንኳኳት)

የተሰጠን ስጦታዎች በመጠቀም፣ የእግዚአብሔርን መንግስት በማስፋት እናትርፍበት፣

“ የፊተኛውም ደርሶ። ጌታ ሆይ፥ ምናንህ አሥር ምናን አተረፈ አለው። እርሱም። መልካም፥ አንተ በጎ ባሪያ፥

*በጥቂት የታመንህ ስለ ሆንህ በአሥር ከተማዎች ላይ ሥልጣን ይሁንልህ አለው። ሁለተኛውም መጥቶ። ጌታ ሆይ፥ ምናንህ አምስት ምናን አተረፈ አለው። ይህንም ደግሞ። አንተም በአምስት ከተማዎች ላይ ሁን አለው። ሌላውም መጥቶ። ጌታ ሆይ፥ በጨርቅ ጠቅልዬ የጠበቅኋት ምናንህ እነሆ፤ ፈርቼሃለሁና፥ ጨካኝ ሰው ስለ ሆንህ፤ ያላኖርኸውን ትወስዳለህ ያልዘራኸውንም ታጭዳለህ አለው። እርሱም። አንተ ክፉ ባሪያ፥ አፍህ በተናገረው እፈርድብሃለሁ። እኔ ያላኖርሁትን የምወስድና ያልዘራሁትን የማጭድ ጨካኝ ሰው እንደ ሆንሁ አወቅህ፤ ምን ነው ገንዘቤን ለለዋጮች አደራ ያልሰጠኸው? እኔም መጥቼ ከትርፉ ጋር እወስደው ነበር አለው። “ (**የሉቃስ ወንጌል 19:16-23**)*

προφητεία (ፕሮፌቲያ) / Prophecy / ትንቢትን መናገር፥

ወደ ሮሜ ሰዎች 12:6

“እንደ ተሰጠንም ጸጋ ልዩ ልዩ ስጦታ አለን፤ ትንቢት ቢሆን እንደ እምነታችን መጠን ትንቢት እንናገር፤”

1ኛ ወደ ቆሮንቶስ ሰዎች 14:29-32

“ነቢያትም ሁለት ወይም ሦስት ሆነው ይናገሩ ሌሎችም ይለዩአቸው፤ በዚያ ለሚቀመጥ ለሌላ ግን አንድ ነገር ቢገለጥለት ፊተኛው ዝም ይበል። ሁሉም እንዲማሩ ሁሉም እንዲመከሩ ሁላችሁ በእያንዳንዳችሁ ትንቢት ልትናገሩ ትችላላችሁ። የነቢያትም መናፍስት ለነቢያት ይገዛሉ፤”

1ኛ ወደ ቆሮንቶስ ሰዎች 13:2

“ትንቢትም ቢኖረኝ ምሥጢርንም ሁሉና እውቀትን ሁሉ ባውቅ፥ ተራሮችንም እስካፈልስ ድረስ እምነት ሁሉ ቢኖረኝ ፍቅር ግን ከሌለኝ ከንቱ ነኝ”

1ኛ ወደ ጢሞቴዎስ 4:14

“በትንቢት ከሽማግሌዎች እጅ መጫን ጋር የተሰጠህን፥ በአንተ ያለውን የጸጋ ስጦታ ቸል አትበል።”

የሐዋርያት ሥራ 21:8-9

“በነገውም ወጥተን ወደ ቂሣርያ መጣን፥ ከሰባቱም አንድ በሚሆን በወንጌላዊው ፊልጶስ ቤት ገብተን በእርሱ ዘንድ ተቀመጥን። ለእርሱም ትንቢት የሚናገሩ አራት ደናግል ሴቶች ልጆች ነበሩት።”

δίδασκαλία (ዲዳስካሊያ) / Teaching / ማስተማር

ወደ ሮሜ ሰዎች 12:7

“የሚያስተምርም ቢሆን በማስተማሩ ይትጋ፤”

1ኛ ወደ ቆሮንቶስ ሰዎች 12:28

“እግዚአብሔርም በቤተ ክርስቲያን አንዳንዶቹን አስቀድሞ ሐዋርያትን፥ ሁለተኛም ነቢያትን፥ ሦስተኛም አስተማሪዎችን፥ ቀጥሎም ተአምራት ማድረግን፥ ቀጥሎም የመፈወስን ስጦታ፥ እርዳታንም፥ አገዛዝንም፥ የልዩ ልዩ ዓይነት ልሳኖችንም አደረገአል።”

ወደ ኤፌሶን ሰዎች 4:11

“እርሱም አንዳንዶቹ ሐዋርያት፥ ሌሎቹም ነቢያት፥ ሌሎቹም ወንጌልን ሰባኪዎች፥ ሌሎቹም እረኞችና አስተማሪዎች እንዲሆኑ ሰጠ፤”

የሐዋርያት ሥራ 18:26

“እርሱም በምኵራብ ገልጦ ይናገር ጀመር። ጵርስቅላና አቂላም በሰሙት ጊዜ፥ ወሰደው የእግዚአብሔርን መንገድ ከፊት ይልቅ በትክክል ገለጡለት።”

የሐዋርያት ሥራ 18:27-28

“እርሱም ወደ አካይያ ማለፍ በፈቀደ ጊዜ፥ ወንድሞቹ አጸናኑት፥ ይቀበሉትም ዘንድ ወደ ደቀ መዛሙርት ጻፉለት፤ በደረሰም ጊዜ አምነው የነበሩትን በጸጋ እጅግ ይጠቅማቸው ነበር፤ ኢየሱስ እርሱ ክርስቶስ እንደ ሆነ ከመጻሕፍት እየገለጠ ለአይሁድ በሁሉ ፊት በጽኑ ያስረዳቸው ነበርና።”

የሐዋርያት ሥራ 18:11

"በመካከላቸውም የእግዚአብሔርን ቃል እያስተማረ ዓመት ከስድስት ወር ተቀመጠ።"

έλεάω (ሊአዎ) / Showing Mercy / ምሕረት ማድረግ፥

ወደ ሮሜ ሰዎች 12:8

"የሚምር በደስታ ይማር።"

የሐዋርያት ሥራ 9:27

"በርናባስ ግን ወስዶ ወደ ሐዋርያት አገባውና ጌታን በመንገድ እንዴት እንዳየውና እንደ ተናገረው በደማስቆም በኢየሱስ ስም ደፍሮ እንዴት እንደ ነገረ ተረከላቸው።"

Πίστιζ (ፒስቲስ) / Faith / እምነት

1ኛ ወደ ቆሮንቶስ ሰዎች 12:9

"ለአንዱም በዚያው መንፈስ እምነት፥"

የሐዋርያት ሥራ 6:5

"ይህም ቃል ሕዝብን ሁሉ ደስ አሰኛቸው፤ እምነትና መንፈስ ቅዱስም የሞላበትን ሰው እስጢፋኖስን ፊልጶስንም ጵሮኮሮስንም ኒቃሮናንም ጢሞናንም ጳርሜናንም ወደ ይሁዲነት ገብቶ የነበረውን የአንጾኪያውን ኒቆላዎስንም መረጡ።"

Ἴαμα (ኢአማ) / Healing / መፈወስ፥

1ኛ ወደ ቆሮንቶስ ሰዎች 12:9

"ለአንዱም በአንዱ መንፈስ የመፈወስ ስጦታ፥"

የሐዋርያት ሥራ 3:6-7

“ጴጥሮስ ግን። ብርና ወርቅ የለኝም፤ ይህን ያለኝን ግን እሰጥሃለሁ፤ በናዝሬቱ በኢየሱስ ክርስቶስ ስም ተነሣና ተመላለስ አለው። በቀኝ እጁም ይዞ አስነሣው፤ በዚያን ጊዜም እግሩና ቍርጭምጭምቱ ጸና፥”

የሐዋርያት ሥራ 20:9-12

“አውጤኪስ የሚሉትም አንድ ጎበዝ በመስኮት ተቀምጦ ታላቅ እንቅልፍ አንቀላፍቶ ነበር፤ ጳውሎስም ነገርን ባስረዘመ ጊዜ እንቅልፍ ከብዶት ከሦስተኛው ደርብ ወደ ታች ወደቀ፥ ሞቶም አነሡት። ጳውሎስም ወርዶ በላዩ ወደቀ፥ አቅፎም። ነፍሱ አለችበትና አትንጫጩ አላቸው። ወጥቶም እንጀራ ቆርሶም በላ፤ ብዙ ጊዜም እስኪነጋ ድረስ ተነጋገረ እንዲህም ሄደ። ብላቴናውንም ደኅና ሆኖ ወሰዱት እጅግም ተጽናኑ።”

Δύναμις (ዱናሚስ) / Miracles / ተአምራትን ማድረግ

1ኛ ወደ ቆሮንቶስ ሰዎች 12:10

“ለአንዱም ትንቢትን መናገር፥ ለአንዱም መናፍስትን መለየት፥ ለአንዱም በልዩ ዓይነት ልሳን መናገር፥ ለአንዱም በልሳኖች የተነገረውን መተርጎም ይሰጠዋል፤”

የሐዋርያት ሥራ 5:9-11

“ጴጥሮስም። የጌታን መንፈስ ትፈታተኑ ዘንድ ስለ ምን ተስማማችሁ? እነሆ፥ ባልሽን የቀበሩት ሰዎች እግር በደጅ ነው አንቺንም ያወጡሻል አላት። ያን ጊዜም በእግሩ አጠገብ ወደቀች ሞተችም፤ ጎበዞችም ሲገቡ ሞታ አገኝአት

አውጥተውም በባልዋ አጠገብ ቀበሩአት። በቤተ ክርስቲያን ሁሉና ይህንም በሰሙ ሁሉ ላይ ታላቅ ፍርሃት ሆነ።"

የሐዋርያት ሥራ 13:8-11

"ጠንቋዩ ግን ኤልማስ፥ ስሙ እንዲሁ ይተረጐማልና፥ አገረ ገዡን ከማመን ሊያጣምም ፈልጎ ተቃወማቸው። ጳውሎስ የተባለው ሳውል ግን መንፈስ ቅዱስን ተሞልቶ ትኩር ብሎ ሲመለከተው። አንተ ተንኰል ሁሉ ክፋትም ሁሉ የሞላብህ፥ የዲያብሎስ ልጅ፥ የጽድቅም ሁሉ ጠላት፥ የቀናውን የጌታን መንገድ ከማጣመም አታርፍምን? አሁንም፥ እነሆ፥ የጌታ እጅ በአንተ ላይ ናት፥ ዕውርም ትሆናለህ እስከ ጊዜውም ፀሐይን አታይም አለው። ያን ጊዜም ጭጋግና ጨለማ ወደቀበት፥ በእጁም የሚመራውን እየዞረ ፈለገ።"

Διάκρισιζ (ዲያክሪሰስ) / Discernment / መናፍስትን መለየት፥

1ኛ ወደ ቆሮንቶስ ሰዎች 12:10

"ለአንዱም ትንቢትን መናገር፥ ለአንዱም መናፍስትን መለየት፥ ለአንዱም በልዩ ዓይነት ልሳን መናገር፥ ለአንዱም በልሳኖች የተነገረውን መተርጎም ይሰጠዋል፤"

1ኛ የዮሐንስ መልእክት 4:1

"ወዳጆች ሆይ፥ መንፈስን ሁሉ አትመኑ፥ ነገር ግን መናፍስት ከእግዚአብሔር ሆነው እንደ ሆነ መርምሩ፤ ብዙዎች ሐሰተኞች ነቢያት ወደ ዓለም ወጥተዋልና።"

1ኛ ወደ ቆሮንቶስ ሰዎች 14:29

“ነቢያትም ሁለት ወይም ሦስት ሆነው ይናገሩ ሌሎችም ይለዩአቸው፤”

Γλώσσα (ግሎሳ) / Tongues / በልዩ ዓይነት ልሳን መናገር፥

1ኛ ወደ ቆሮንቶስ ሰዎች 12:10

“ለአንዱም በልዩ ዓይነት ልሳን መናገር፥”

የሐዋርያት ሥራ 2:1-12

“በዓለ ኀምሳ የተባለውም ቀን በደረሰ ጊዜ፥ ሁሉም በአንድ ልብ ሆነው አብረው ሳሉ፥ ድንገት እንደሚነጥቅ ዓውሎ ነፋስ ከሰማይ ድምፅ መጣ፥ ተቀምጠው የነበሩበትንም ቤት ሁሉ ሞላው። እንደ እሳትም የተከፋፈሉ ልሳኖች ታዩአቸው፤ በያንዳንዳቸውም ላይ ተቀመጡባቸው። በሁሉም መንፈስ ቅዱስ ሞላባቸው፥ መንፈስም ይናገሩ ዘንድ እንደ ሰጣቸው በሌላ ልሳኖች ይናገሩ ጀመር። ከሰማይም በታች ካሉ ሕዝብ ሁሉ በጸሎት የተጉ አይሁድ በኢየሩሳሌም ይኖሩ ነበር፤ ይህም ድምፅ በሆነ ጊዜ ሕዝብ ሁሉ ተሰበሰቡ፥ እያንዳንዱም በገዛ ቋንቋው ሲናገሩ ይሰማ ስለ ነበር የሚሉትን አጡ። ተገርመውም ተደንቀውም እንዲህ አሉ። እነሆ፥ እነዚህ የሚናገሩት ሁሉ የገሊላ ሰዎች አይደሉምን? እኛም እያንዳንዳችን የተወለድንበትን የገዛ ቋንቋችንን እንዴት እንሰማለን? የጳርቴና የሜድ የኢላሜጤም ሰዎች፥ በሁለት ወንዝም መካከል በይሁዳም በቀጰዶቅያም በጳንጦስም በእስያም፥ በፍርግያም በጵንፍልያም በግብፅም በቀሬናም በኩል ባሉት በሊቢያ ወረዳዎች የምንኖር፥ በሮሜም የምንቀመጥ፥ አይሁድም ወደ ይሁዲነትም የገባን፥ የቀርጤስና የዓረብ ሰዎች፥ የእግዚአብሔርን ታላቅ ሥራ በልሳኖቻችን ሲናገሩ እንሰማቸዋለን። ሁሉም ተገረሙና አመንትተው እርስ በርሳቸው። እንጃ ይህ ምን ይሆን? አሉ።”

1ኛ ወደ ቆሮንቶስ ሰዎች 14:5, 16:27-28

"ሁላችሁ በልሳኖች ልትናገሩ እወድ ነበር፥ ትንቢትን ልትናገሩ ግን ከዚህ ይልቅ እወዳለሁ፤ ማኅበሩ ይታነጽ ዘንድ ንግግሩን ባይተረጕም በልሳኖች ከሚናገር ትንቢትን የሚናገር ይበልጣል። ... እንዲያማ ካልሆነ፥ አንተ በመንፈስ ብትባርክ ባልተማሩት ስፍራ የተቀመጠው የምትለውን ካላወቀ እንዴት ኣድርጎ ለምስጋናህ አሜን ይላል? ... በልሳን የሚናገር ቢኖር ሁለት ወይም ቢበዛ ሦስት ሆነው በተራቸው ይናገሩ አንዱም ይተርጕም፤ የሚተረጕም ባይኖር ግን በማኅበር መካከል ዝም ይበልና ለራሱና ለእግዚአብሔር ይናገር።"

έρμυεία (ኤርሜኛ) በልሳኖች የተነገረውን መተርጎም፥

1ኛ ወደ ቆሮንቶስ ሰዎች 12:10

"ለአንዱም በልሳኖች የተነገረውን መተርጎም ይሰጠዋል፤"

1ኛ ወደ ቆሮንቶስ ሰዎች 14:27-28

"በልሳን የሚናገር ቢኖር ሁለት ወይም ቢበዛ ሦስት ሆነው በተራቸው ይናገሩ አንዱም ይተርጕም፤ የሚተረጕም ባይኖር ግን በማኅበር መካከል ዝም ይበልና ለራሱና ለእግዚአብሔር ይናገር።"

ποιμήυ / Pastor/Teacher / እረኛ / አስተማሪ

ወደ ሮሜ ሰዎች 12:7

"አገልግሎት ቢሆን በአገልግሎታችን እንትጋ፤ የሚያስተምርም ቢሆን በማስተማሩ ይትጋ፤"

ወደ ኤፌሶን ሰዎች 4:11

"እርሱም አንዳንዶቹ ሐዋርያት፥ ሌሎቹም ነቢያት፥ ሌሎቹም ወንጌልን ሰባኪዎች፥ ሌሎቹም እረኞችና አስተማሪዎች እንዲሆኑ ሰጠ፤"

የሐዋርያት ሥራ 20:28-30

"በገዛ ደሙ የዋጃትን የእግዚአብሔርን ቤተ ክርስቲያን ትጠብቁአት ዘንድ መንፈስ ቅዱስ እናንተን ጳጳሳት አድርጎ ለሾመባት ለመንጋው ሁሉና ለራሳችሁ ተጠንቀቁ። ከሄድሁ በኋላ ለመንጋው የማይራሩ ጨካኞች ተኩላዎች እንዲገቡባችሁ፥ ደቀ መዛሙርትንም ወደ ኋላቸው ይስቡ ዘንድ ጠማማ ነገርን የሚናገሩ ሰዎች በመካከላችሁ እንዲነሡ እኔ አውቃለሁ።"

1ኛ ወደ ተሰሎንቄ ሰዎች 2:7-12

"ነገር ግን ሞግዚት የራስዋን ልጆች እንደምትከባከብ፥ በመካከላችሁ የዋሆች ሆንን፤ እንዲሁም እያፈቀርናችሁ የእግዚአብሔርን ወንጌል ለማካፈል ብቻ ሳይሆን የገዛ ነፍሳችንን ደግሞ እናካፍላችሁ ዘንድ በጎ ፈቃዳችን ነበረ፥ ለእኛ የተወደዳችሁ ሆናችሁ ነበርና። ወንድሞች ሆይ፥ ድካማችንና ጥረታችን ትዝ ይላችኋልና፤ ከእናንተ በአንዱ ስንኳ እንዳንከብድበት ሌሊትና ቀን እየሠራን፥ የእግዚአብሔርን ወንጌል ለእናንተ ሰበክን። በእናንተ በምታምኑ ዘንድ በእንዴት ያለ ቅድስናና ጽድቅ ነቀፋም በሌለበት ኑሮ እንደ ሄድን፥ እናንተና እግዚአብሔር ምስክሮች ናችሁ፤ ወደ መንግሥቱ ወደ ክብሩም ለጠራችሁ ለእግዚአብሔር እንደሚገባ ትመላለሱ ዘንድ እየመከርንና እያጽናናን እየመሰከርንላችሁም፥ አባት ለልጆቹ እንደሚሆን ለእያንዳንዳችሁ እንደ ሆንን ታውቃላችሁና።"

λόγοζ σοφία / The Message of Wisdom / ጥበብን መናገር

1ኛ ወደ ቆሮንቶስ ሰዎች 12:8

"ለአንዱ ጥበብን መናገር በመንፈስ ይሰጠዋልና፥ ለአንዱም በዚያው መንፈስ እውቀትን መናገር ይሰጠዋል፥"

1ኛ የዮሐንስ መልእክት 1:1-3

"ስለ ሕይወት ቃል ከመጀመሪያው የነበረውንና የሰማነውን በዓይኖቻችንም ያየነውን የተመለከትነውንም እጆቻችንም የዳሰሱትን እናወራለን፤ ሕይወትም ተገለጠ አይተንማል እንመሰክርማለን፥ ከአብ ዘንድ የነበረውንም ለእኛም የተገለጠውን የዘላለምን ሕይወት እናወራላችኋለን፤ እናንተ ደግሞ ከእኛ ጋር ኅብረት እንዲኖራችሁ ያየነውንና የሰማነውን ለእናንተ ደግሞ እናወራላችኋለን። ኅብረታችንም ከአባት ጋር ከልጁም ከኢየሱስ ክርስቶስ ጋር ነው።"

λόγοζ γυώσιζ / The Message of Knowledge / እውቀትን መናገር

1ኛ ወደ ቆሮንቶስ ሰዎች 12:8

"ለአንዱ ጥበብን መናገር በመንፈስ ይሰጠዋልና፥ ለአንዱም በዚያው መንፈስ እውቀትን መናገር ይሰጠዋል፥"

1ኛ ወደ ቆሮንቶስ ሰዎች 2:6-12

"በበሰሉት መካከል ግን ጥበብን እንናገራለን፥ ነገር ግን የዚችን ዓለም ጥበብ አይደለም የሚሻሩትንም የዚችን ዓለም ገዦች ጥበብ አይደለም፤ ነገር ግን እግዚአብሔር አስቀድሞ ከዘመናት በፊት ለክብራችን የወሰነውን፥

ተሰውሮም የነበረውን የእግዚአብሔርን ጥበብ በምሥጢር እንናገራለን። ከዚችም ዓለም ገዦች አንዱ እንኳ ይህን ጥበብ አላወቀም፤ አውቀውስ ቢሆኑ የክብርን ጌታ ባልሰቀሉትም ነበር፤ ነገር ግን። ዓይን ያላየችው ጆሮም ያልሰማው በሰውም ልብ ያልታሰበው እግዚአብሔር ለሚወዱት ያዘጋጀው ተብሎ እንደተጻፈ፥ እንዲህ እንናገራለን። መንፈስም የእግዚአብሔርን ጥልቅ ነገር ስንኳ ሳይቀር ሁሉን ይመረምራልና ለእኛ እግዚአብሔር በመንፈሱ በኩል ገለጠው። በእርሱ ውስጥ ካለው ከሰው መንፈስ በቀር ለሰው ያለውን የሚያውቅ ሰው ማን ነው? እንዲሁም ደግሞ ከእግዚአብሔር መንፈስ በቀር ለእግዚአብሔር ያለውን ማንም አያውቅም። እኛ ግን ከእግዚአብሔር እንዲያው የተሰጠንን እናውቅ ዘንድ ከእግዚአብሔር የሆነውን መንፈስ እንጂ የዓለምን መንፈስ አልተቀበልንም።"

ወደ ቆላስይስ ሰዎች 2:2-3

"ልባቸው እንዲጸናና፥ በፍቅርም ተባብረው በማስተዋል ወደሚገኝበት ወደ መረዳት ባለ ጠግነት ሁሉ እንዲደርሱ የእግዚአብሔርንም ምሥጢር እርሱንም ክርስቶስን እንዲያውቁ እጋደላለሁ። የተሰወረ የጥበብና የእውቀት መዝገብ ሁሉ በእርሱ ነውና።"

παρακαλέω / Encouraging / **መምከር**

ወደ ሮሜ ሰዎች 12:8

"የሚመክርም ቢሆን በመምከሩ ይትጋ፤ የሚሰጥ በልግስና ይስጥ፤ የሚገዛ በትጋት ይግዛ፤ የሚምር በደስታ ይማር።"

የሐዋርያት ሥራ 9:27

"በርናባስ ግን ወስዶ ወደ ሐዋርያት አገባውና ጌታን በመንገድ እንዴት እንዳየውና እንደ ተናገረው በደማስቆም በኢየሱስ ስም ደፍሮ እንዴት እንደ ነገረ ተረከላቸው።"

የሐዋርያት ሥራ 4:36

"ትውልዱም የቆጵሮስ ሰው የነበረ አንድ ሌዋዊ ዮሴፍ የሚሉት ነበረ፥ እርሱም በሐዋርያት በርናባስ ተባለ ትርጓሜውም የመጽናናት ልጅ ነው፤"

μεταδίδωμι / Giving / መስጠት

ወደ ሮሜ ሰዎች 12:8

"የሚመክርም ቢሆን በመምከሩ ይትጋ፤ የሚሰጥ በልግስና ይስጥ፤ የሚገዛ በትጋት ይግዛ፤ የሚምር በደስታ ይማር።"

የሐዋርያት ሥራ 9:36

"በኢዮጴም ጣቢታ የሚሉአት አንዲት ደቀ መዝሙር ነበረች፥ ትርጓሜውም ዶርቃ ማለት ነው፤ እርስዋም መልካም ነገር የምላባት ምጽዋትም የምታደርግ ነበረች።"

προΐστημι / Leadership / ማስተዳደር

ወደ ሮሜ ሰዎች 12:8

"የሚመክርም ቢሆን በመምከሩ ይትጋ፤ የሚሰጥ በልግስና ይስጥ፤ የሚገዛ በትጋት ይግዛ፤ የሚምር በደስታ ይማር።"

ወደ ቲቶ 1:5

"ስለዚህ ምክንያት የቀረውን እንድታደራጅ በየከተማውም፥ እኔ አንተን እንዳዘዝሁ፥ ሽማግሌዎችን እንድትሾም በቀርጤስ ተውሁህ፤"

άπόστολοζ / Apostleship / ሐዋሪያነት

1ኛ ወደ ቆሮንቶስ ሰዎች 12:28

"እግዚአብሔርም በቤተ ክርስቲያን አንዳንዶቹን አስቀድሞ ሐዋርያትን፥ ሁለተኛም ነቢያትን፥ ሦስተኛም አስተማሪዎችን፥ ቀጥሎም ተአምራት ማድረግን፥ ቀጥሎም የመፈወስን ስጦታ፥ እርዳታንም፥ አገዛዝንም፥ የልዩ ልዩ ዓይነት ልሳኖችንም አደርጎአል።"

ወደ ኤፌሶን ሰዎች 4:11

"እርሱም አንዳንዶቹ ሐዋርያት፥ ሌሎቹም ነቢያት፥ ሌሎቹም ወንጌልን ሰባኪዎች፥ ሌሎቹም እረኞችና አስተማሪዎች እንዲሆኑ ሰጠ፤"

1ኛ ወደ ቆሮንቶስ ሰዎች 14:37

"ማንም ነቢይ ወይም መንፈሳዊ የሆነ ቢመስለው ይህች የጻፍሁላችሁ የጌታ ትእዛዝ እንደ ሆነች ይወቅ፤"

ወደ ገላትያ ሰዎች 1:1-2

"በኢየሱስ ክርስቶስ ከሙታንም ባነሣው በእግዚአብሔር አብ ሐዋርያ የሆነ እንጂ ከሰዎች ወይም በሰው ያልሆነ ጳውሎስ ከእኔም ጋር ያሉት ወንድሞች ሁሉ፥ ወደ ገላትያ አብያተ ክርስቲያናት፤"

1ኛ የጴጥሮስ መልእክት 1:1-2

"የኢየሱስ ክርስቶስ ሐዋርያ ጴጥሮስ፥ እግዚአብሔር አብ አስቀድሞ እንዳወቃቸው በመንፈስም እንደሚቀደሱ፥ ይታዘዙና በኢየሱስ ክርስቶስ

ደም ይረጩ ዘንድ ለተመረጡት በጳንጦስና በገላትያ በቀጰዶቅያም በእስያም በቢታንያም ለተበተኑ መጻተኞች፤ ጸጋና ሰላም ይብዛላችሁ።”

ኢዮብ 34:14-15 እና መዝ. 104:29-30

መንፈስ ቅዱስ እግዚአብሔር ነው

- “ እግዚአብሔር መንፈስ ነው፥ የሚሰግዱለትም በመንፈስና በእውነት ሊሰግዱለት ያስፈልጋቸዋል። “ (የዮሐንስ ወንጌል 4:24)
- “ ጌታ ግን መንፈስ ነው፤ የጌታም መንፈስ ባለበት በዚያ አርነት አለ። “ (2ኛ ወደ ቆሮንቶስ ሰዎች 3:17)
- “ ለቤዛም ቀን የታተማችሁበትን ቅዱሱን የእግዚአብሔርን መንፈስ አታሳዝኑ። “ (ወደ ኤፌሶን ሰዎች 4:30)

መንፈስ ቅዱስ ፈጣሪ ነው

- “ እግዚአብሔር አምላክም ሰውን ከምድር አፈር አበጀው፤ በአፍንጫውም የሕይወት እስትንፋስን እፍ አለበት፤ ሰውም ሕያው ነፍስ ያለው ሆነ። “ (ኦሪት ዘፍጥረት 2:7)
- “ የእግዚአብሔር መንፈስ ፈጠረኝ፥ ሁሉንም የሚችል የአምላክ እስትንፋስ ሕይወት ሰጠኝ። “ (መጽሐፈ ኢዮብ 33:4)
- “ ሕይወትን የሚሰጥ መንፈስ ነው፤ ሥጋ ምንም አይጠቅምም፤ እኔ የነገርኋችሁ ቃል መንፈስ ነው ሕይወትም ነው። “ (የዮሐንስ ወንጌል 6:63)

መንፈስ ቅዱስ ዘለዓለማዊ ነው

- “ ነውር የሌለው ሆኖ በዘላለም መንፈስ ራሱን ለእግዚአብሔር ያቀረበ የክርስቶስ ደም እንዴት ይልቅ ሕያውን እግዚአብሔርን

ሊታመልኩ ከሞተ ሥራ ሕሊናችሁን ያነጻ ይሆን? “ (ወደ ዕብራውያን 9:14)

- “ እግዚአብሔር ግን እስራኤልን በዘላለማዊ መድኃኒት ያድነዋል፥ እናንተም ለዘላለም አታፍሩምና አትዋረዱም። “ (ትንቢተ ኢሳይያስ 45:17)
- “ እርሱም ዓለም የማያየውና የማያውቀው ስለ ሆነ ሊቀበለው የማይቻለው የእውነት መንፈስ ነው፤ ነገር ግን ከእናንተ ዘንድ ስለሚኖር በውሥጣችሁም ስለሚሆን እናንተ ታውቃላችሁ። “ (የዮሐንስ ወንጌል 14:17)

መንፈስ ቅዱስ ሁሉን ያውቃል

- “ የእግዚአብሔርን መንፈስ ያዘዘ፥ ወይስ አማካሪ ሆኖ ያስተማረው ማን ነው? ” (ትንቢተ ኢሳይያስ 40:13)
- “ መንፈስም የእግዚአብሔርን ጥልቅ ነገር ስንኳ ሳይቀር ሁሉን ይመረምራልና ለእኛ እግዚአብሔር በመንፈሱ በኩል ገለጠው። በእርሱ ውስጥ ካለው ከሰው መንፈስ በቀር ለሰው ያለውን የሚያውቅ ሰው ማን ነው? እንዲሁም ደግሞ ከእግዚአብሔር መንፈስ በቀር ለእግዚአብሔር ያለውን ማንም አያውቅም።” (1ኛ ወደ ቆሮንቶስ ሰዎች 2:10-11)

መንፈስ ቅዱስ በሁሉም ስፍራ አለ

- “ ከመንፈስህ ወዴት እሄዳለሁ? ከፊትህስ ወዴት እሸሻለሁ? ወደ ሰማይ ብወጣ፥ አንተ በዚያ አለህ። ወደ ሲኦልም ብወርድ፥ በዚያ አለህ። እንደ ንስር የንጋትን ክንፍ ብወስድ፥ እስከ ባሕር መጨረሻም ብበርር፥ በዚያ እጅህ ትመራኛለች፥ ቀኝህም ትይዘኛለች። ” (መዝሙረ ዳዊት 139:7-10)

- “ እግዚአብሔር መንፈስ ነው፥ የሚሰግዱለትም በመንፈስና በእውነት ሊሰግዱለት ያስፈልጋቸዋል። ” (የዮሐንስ ወንጌል 4:24)

መንፈስ ቅዱስ መሪነቱ

- “ ግን እርሱ የእውነት መንፈስ በመጣ ጊዜ ወደ እውነት ሁሉ ይመራችኋል፤ የሚሰማውን ሁሉ ይናገራል እንጂ ከራሱ አይነግርምና፤ የሚመጣውንም ይነግራችኋል። ” (የዮሐንስ ወንጌል 16:13)

- “ እነርሱ ግን ዐመፁ ቅዱስ መንፈሱንም አስመረሩ፤ ስለዚህ ተመልሶ ጠላት ሆናቸው፥ እርሱም ተዋጋቸው። እርሱም እንዲህ ብሎ የቀደመውን ዘመን አሰበ። የበጎቹን እረኛ ከባሕሩ ያወጣው ወዴት ነው ያለ? ቅዱስ መንፈሱንም በመካከላቸው ያኖረ ወዴት ነው ያለ? የከበረውንም ክንድ በሙሴ ቀኝ ያስሄደ፥ ለራሱም የዘላለምን ስም ያደርግ ዘንድ ውኃውን በፊታቸው የከፈለ፥ በምድረ በዳም እንደሚያልፍ ፈረስ፥ በቀላይ ውስጥ ያለ ዕንቅፋት ያሳለፋቸው ወዴት ነው ያለ? ወደ ሸለቆ እንደሚወርዱ ከብቶች፥ እንዲሁ

የእግዚአብሔር መንፈስ ወደ ዕረፍት አመጣቸው፤ እንዲሁም ለራስህ የከበረ ስም ታደርግ ዘንድ ሕዝብን መራህ። " (ትንቢተ ኢሳይያስ 63:10-14)

- " በመንፈስ ብትመሩ ግን ከሕግ በታች አይደላችሁም። " (ወደ ገላትያ ሰዎች 5:18)

መንፈስ ቅዱስ የፍቅር መንፈስ

- " ፍቅር የሌለው እግዚአብሔርን አያውቅም፥ እግዚአብሔር ፍቅር ነውና። " (1ኛ የዮሐንስ መልእክት 4:8)
- " በተሰጠንም በመንፈስ ቅዱስ የእግዚአብሔር ፍቅር በልባችን ስለ ፈሰሰ ተስፋ አያሳፍርም። " (ወደ ሮሜ ሰዎች 5:5)

መንፈስ ቅዱስ መገለጡ

- " ግን እርሱ የእውነት መንፈስ በመጣ ጊዜ ወደ እውነት ሁሉ ይመራችኋል፤ የሚሰማውን ሁሉ ይናገራል እንጂ ከራሱ አይነግርምና፤ የሚመጣውንም ይነግራችኋል። እርሱ ያከብረኛል፥ ለእኔ ካለኝ ወስዶ ይነግራችኋልና። " (የዮሐንስ ወንጌል 16:13-14)
- " ጴጥሮስም። ሐናንያ ሆይ፥ መንፈስ ቅዱስን ታታልልና ከመሬቱ ሽያጭ ታስቀር ዘንድ ሰይጣን በልብህ ስለ ምን ሞላ? ሳትሸጠው የአንተ አልነበረምን? ከሸጥኸውስ በኋላ በሥልጣንህ አልነበረምን? ይህን ነገር ስለ ምን በልብህ አሰብህ? እግዚአብሔርን እንጂ ሰውን አልዋሸህም አለው። " (የሐዋርያት ሥራ 5:3-4)

- “ እኔም አላውቀውም ነበር፥ ዳሩ ግን በውኃ አጠምቅ ዘንድ የላከኝ እርሱ። መንፈስ ሲወርድበትና ሲኖርበት የምታየው፥ በመንፈስ ቅዱስ የሚያጠምቅ እርሱ ነው አለኝ። “ (የዮሐንስ ወንጌል 1:33)

መንፈስ ቅዱስ ፀጋ ሰጪነቱ

- “ እኛም ለዚህ ነገር ምስክሮች ነን፥ ደግሞም እግዚአብሔር ለሚታዘዙት የሰጠው መንፈስ ቅዱስ ምስክር ነው። “ (የሐዋርያት ሥራ 5:32)
- “ የጸጋም ስጦታ ልዩ ልዩ ነው መንፈስ ግን አንድ ነው፤ አገልግሎትም ልዩ ልዩ ነው ጌታም አንድ ነው፤ አሠራርም ልዩ ልዩ ነው፥ ሁሉን በሁሉ የሚያደርግ እግዚአብሔር ግን አንድ ነው። ነገር ግን መንፈስ ቅዱስን መግለጥ ለእያንዳንዱ ለጥቅም ይሰጠዋል። ለአንዱ ጥበብን መናገር በመንፈስ ይሰጠዋልና፥ ለአንዱም በዚያው መንፈስ እውቀትን መናገር ይሰጠዋል፥ ለአንዱም በዚያው መንፈስ እምነት፥ ለአንዱም በአንዱ መንፈስ የመፈወስ ስጦታ፥ ለአንዱም ተአምራትን ማድረግ፥ ለአንዱም ትንቢትን መናገር፥ ለአንዱም መናፍስትን መለየት፥ ለአንዱም በልዩ ዓይነት ልሳን መናገር፥ ለአንዱም በልሳኖች የተነገረውን መተርጎም ይሰጠዋል፤ ይህን ሁሉ ግን ያ አንዱ መንፈስ እንደሚፈቅድ ለእያንዳንዱ ለብቻው እያካፈለ ያደርጋል። “ (1ኛ ወደ ቆሮንቶስ ሰዎች 12:4-11)
- “ በሁሉም መንፈስ ቅዱስ ሞላባቸው፥ መንፈስም ይናገሩ ዘንድ እንደ ሰጣቸው በሌላ ልሳኖች ይናገሩ ጀመር። “ (የሐዋርያት ሥራ 2:4)

መንፈስ ቅዱስ ሁሉን ቻይ ነው

- " መልአኩም መልሶ እንዲህ አላት። መንፈስ ቅዱስ በአንቺ ላይ ይመጣል፥ የልዑልም ኃይል ይጸልልሻል ስለዚህ ደግሞ ከአንቺ የሚወለደው ቅዱስ የእግዚአብሔር ልጅ ይባላል። " (የሉቃስ ወንጌል 1:35)
- " ነገር ግን ኢየሱስን ከሙታን ያስነሣው የእርሱ መንፈስ በእናንተ ዘንድ ቢኖር፥ ክርስቶስ ኢየሱስን ከሙታን ያስነሣው እርሱ በእናንተ በሚኖረው በመንፈሱ፥ ለሚሞተው ሰውነታችሁ ደግሞ ሕይወትን ይሰጠዋል። " (ወደ ሮሜ ሰዎች 8:11)

መንፈስ ቅዱስና መጽሐፍ ቅዱስ መጽሀፍ ቅዱስ

1) " መንፈስ ይሙላባችሁ እንጂ በወይን ጠጅ አትስከሩ ይህ ማባከን ነውና፤ " (ወደ ኤፌሶን ሰዎች 5:18)
2) " እርሱም። የሰው ልጅ ሆይ፥ በእግርህ ቁም እኔም እናገርሃለሁ አለኝ። በተናገረኝም ጊዜ መንፈስ ገባብኝ በእግሬም አቆመኝ፥ የሚናገረኝንም ሰማሁ። " (ትንቢተ ሕዝቅኤል 2:1-2)
3) " በሁሉም መንፈስ ቅዱስ ሞላባቸው፥ መንፈስም ይናገሩ ዘንድ እንደ ሰጣቸው በሌላ ልሳኖች ይናገሩ ጀመር። " (የሐዋርያት ሥራ 2:4)
4) " ይህን ሁሉ ግን ያ አንዱ መንፈስ እንደሚፈቅድ ለእያንዳንዱ ለብቻው እያካፈለ ያደርጋል። " (1ኛ ወደ ቆሮንቶስ ሰዎች 12:11)
5) " አባቱ ዘካርያስም መንፈስ ቅዱስ ሞላበትና ትንቢት ተናገረ እንዲህም አለ። " (የሉቃስ ወንጌል 1:67)

6) " ኢየሱስም መንፈስ ቅዱስ መልቶበት ከዮርዳኖስ ተመለሰ፥ በመንፈስም ወደ ምድረ በዳ ተመርቶ፥ አርባ ቀን ከዲያብሎስ ተፈተነ። በነዚያም ቀኖች ምንም አልበላም፥ ከተጨረሱም በኋላ ተራበ። " (የሉቃስ ወንጌል 4:1-2)

7) " ከጸለዩም በኋላ ተሰብስበው የነበሩበት ስፍራ ተናወጠ፥ በሁሉም መንፈስ ቅዱስ ሞላባቸው፥ የእግዚአብሔርንም ቃል በግልጥ ተናገሩ። " (የሐዋርያት ሥራ 4:31)

8) " ሳሙኤልም የዘይቱን ቀንድ ወስዶ በወንድሞቹ መካከል ቀባው። የእግዚአብሔርም መንፈስ ከዚያ ቀን ጀምሮ በዳዊት ላይ በኃይል መጣ። ሳሙኤልም ተነሥቶ ወደ አርማቴም ሄደ። " (መጽሐፈ ሳሙኤል ቀዳማዊ 16:13)

9) "የእግዚአብሔርም እጅ በላዬ ነበረ እግዚአብሔርም በመንፈሱ አወጣኝ አጥንቶችም በሞሉባት ሸለቆ መካከል አኖረኝ። " (ትንቢተ ሕዝቅኤል 37:1)

10) " ዳንኤልም መልካም መንፈስ ስላለው ከአለቆችና ከመሳፍንት በለጠ፤ ንጉሡም በመንግሥቱ ሁሉ ላይ ይሾመው ዘንድ አሰበ። " (ትንቢተ ዳንኤል 6:3)

መጽሐፍ ቅዱስ

1) " እርሱም። የሰው ልጅ ሆይ፥ ያገኘኸውን ብላ፤ ይህን መጽሐፍ ብላ፥ ሄደህም ለእስራኤል ቤት ተናገር አለኝ። አፌንም ከፈትሁ መጽሐፉንም አጐረሰኝ። እርሱም። የሰው ልጅ ሆይ፥ አፍህ ይብላ፥ በምሰጥህም በዚህ

መጽሐፍ ሆድህን ሙላ አለኝ። እኔም በላሁት፥ በአፌም ውስጥ እንደ ማር ጣፈጠ። “ (ትንቢተ ሕዝቅኤል 3:1-3)

2) “ እኔ ቃል ተሞልቻለሁና፥ በውስጤም ያለ መንፈስ አስገድዶኛልና። “ (መጽሐፈ ኢዮብ 32:18)
3) “ በእግዚአብሔር መጽሐፍ ፈልጉ አንብቡም፤ አፌ አዝዞአልና፥ መንፈሱም ሰብስቦአቸዋልና ከእነዚህ አንዲት አትጠፋም፥ ባልንጀራውንም የሚያጣ የለም። “ (ትንቢተ ኢሳይያስ 34:16)
4) “ የእግዚአብሔር ቃል በሙላት ይኑርባችሁ። በጥበብ ሁሉ እርስ በርሳችሁ አስተምሩና ገሥጹ። በመዝሙርና በዝማሬ በመንፈሳዊም ቅኔ በጸጋው በልባችሁ ለእግዚአብሔር ዘምሩ። “ (ወደ ቆላስይስ ሰዎች 3:16)
5) “ ዘመኑ ቀርቦአልና የሚያነበው፥ የትንቢቱን ቃል የሚሰሙትና በውስጡ የተጻፈውን የሚጠብቁት ብፁዓን ናቸው። “ (የዮሐንስ ራእይ 1:3)
6) “ የእግዚአብሔር ሰው ፍጹምና ለበጎ ሥራ ሁሉ የተዘጋጀ ይሆን ዘንድ፥ የእግዚአብሔር መንፈስ ያለበት መጽሐፍ ሁሉ ለትምህርትና ለተግሣጽ ልብንም ለማቅናት በጽድቅም ላለው ምክር ደግሞ ይጠቅማል። “ (2ኛ ወደ ጢሞቴዎስ 3:16-17)
7) “ ቃሉን የምታደርጉ ሁኑ እንጂ ራሳችሁን እያሳታችሁ የምትሰሙ ብቻ አትሁኑ። “ (የያዕቆብ መልእክት 1:22)
8) “ የዚህ ሕግ መጽሐፍ ከአፍህ አይለይ፥ ነገር ግን የተጻፈበትን ሁሉ ትጠብቅና ታደርግ ዘንድ በቀንም በሌሊትም አስበው፤ የዚያን ጊዜም

መንገድህ ይቀናልሃል ይከናወንልሃልም። “ (መጽሐፈ ኢያሱ ወልደ ነዌ 1:8)

9) “ እንግዲህ እነዚህን ቃሎች በልባችሁና በነፍሳችሁ አኑሩ፤ እነርሱንም ለምልክት በእጃችሁ ላይ እሰሩአቸው፥ በዓይኖቻችሁም መካከል እንደክታብ ይሁኑ። “ (ኦሪት ዘዳግም 11:18)

10) “ እርሱም እንዲህ አላቸው። የዚህን ሕግ ቃሎች ሁሉ ይጠብቁና ያደርጉ ዘንድ ልጆቻችሁን እንድታዝዙበት ዛሬ የምመሰክርላችሁን ቃል ሁሉ በልባችሁ አኑሩት። ይህ ነገር ሕይወታችሁ ነው እንጂ ለእናንተ ከንቱ አይደለምና፤ በዚህም ነገር ትወርሱአት ዘንድ ዮርዳኖስን ተሻግራችሁ በምትገቡባት ምድር ረጅም ዘመን ትቀመጣላችሁ። “ (ኦሪት ዘዳግም 32:46-47)

ሕያው የሆኑ የመንፈስ ቅዱስ ስራዎች

1) “ መንፈስም ፊልጶስን። ወደዚህ ሰረገላ ቅረብና ተገናኝ አለው። “ (የሐዋርያት ሥራ 8:29)

“ መንፈስ ለአብያተ ክርስቲያናት የሚለውን ጆሮ ያለው ይስማ። ድል ለነሣው በእግዚአብሔር ገነት ካለው ከሕይወት ዛፍ እንዲበላ እሰጠዋለሁ። “ (የዮሐንስ ራእይ 2:7)

2) “ እነዚህም ጌታን ሲያመልኩና ሲጦሙ መንፈስ ቅዱስ። በርናባስንና ሳውልን ለጠራኋቸው ሥራ ለዩልኝ አለ። “ (የሐዋርያት ሥራ 13:2)

“ እነርሱም በመንፈስ ቅዱስ ተልከው ወደ ሴሌውቅያ ወረዱ፤ ከዚያም በመርከብ ወደ ቆጵሮስ ሄዱ። “ (የሐዋርያት ሥራ 13:4)

3) “ በሁሉም መንፈስ ቅዱስ ሞላባቸው፥ መንፈስም ይናገሩ ዘንድ እንደ ሰጣቸው በሌላ ልሳኖች ይናገሩ ጀመር። “ (የሐዋርያት ሥራ 13:14)

4) “ በእስያም ቃሉን እንዳይናገሩ መንፈስ ቅዱስ ስለ ከለከላቸው በፍርግያና በገላትያ አገር አለፉ፤ በሚስያም አንጻር በደረሱ ጊዜ ወደ ቢታንያ ይሄዱ ዘንድ ሞከሩ፥ የኢየሱስ መንፈስም አልፈቀደላቸውም፤ “ (የሐዋርያት ሥራ 16:6-7)

5) “ እንዲሁም ደግሞ መንፈስ ድካማችንን ያግዛል፤ እንዴት እንድንጸልይ እንደሚገባን አናውቅምና፥ ነገር ግን መንፈስ ራሱ በማይነገር መቃተት ይማልድልናል፤ ልብንም የሚመረምረው የመንፈስ አሳብ ምን እንደ ሆነ ያውቃል፥ እንደ እግዚአብሔር ፈቃድ ስለ ቅዱሳን ይማልዳልና። “ (ወደ ሮሜ ሰዎች 8:26-27)

6) “ በእግዚአብሔር መንፈስ የሚመሩ ሁሉ እነዚህ የእግዚአብሔር ልጆች ናቸውና። አባ አባት ብለን የምንጮኽበትን የልጅነት መንፈስ ተቀበላችሁ እንጂ እንደገና ለፍርሃት የባርነትን መንፈስ አልተቀበላችሁምና። የእግዚአብሔር ልጆች መሆናችንን ያ መንፈስ ራሱ ከመንፈሳችን ጋር ይመሰክራል። ልጆች ከሆንን ወራሾች ደግሞ ነን፤ ማለት የእግዚአብሔር ወራሾች ነን፥ አብረንም ደግሞ

እንድንከበር አብረን መከራ ብንቀበል ከክርስቶስ ጋር አብረን ወራሾች ነን። “ (ወደ ሮሜ ሰዎች 8:14-17)

“ ስለዚህ ከእንግዲህ ወዲህ ልጅ ነህ እንጂ ባሪያ አይደለህም፤ ልጅም ከሆንህ ደግሞ በክርስቶስ የእግዚአብሔር ወራሽ ነህ። “ (ወደ ገላትያ ሰዎች 4:7)

7) “ በጌታም የተቀባውን ሳያይ ሞትን እንዳያይ በመንፈስ ቅዱስ ተረድቶ ነበር። “ (የሉቃስ ወንጌል 2:26)
8) “ በሁሉም መንፈስ ቅዱስ ሞላባቸው፥ መንፈስም ይናገሩ ዘንድ እንደ ሰጣቸው በሌላ ልሳኖች ይናገሩ ጀመር። “ (የሐዋርያት ሥራ 2:4)

“ ከጸለዩም በኋላ ተሰብስበው የነበሩበት ስፍራ ተናወጠ፥ በሁሉም መንፈስ ቅዱስ ሞላባቸው፥ የእግዚአብሔርንም ቃል በግልጥ ተናገሩ። “ (የሐዋርያት ሥራ 4:31)

9) “ እናንተም ደግሞ የእውነትን ቃል፥ ይኸውም የመዳናችሁን ወንጌል፥ ሰምታችሁ ደግሞም በክርስቶስ አምናችሁ፥ በተስፋው መንፈስ በመንፈስ ቅዱስ ታተማችሁ፤ “ (ወደ ኤፌሶን ሰዎች 1:13)
10) “ ይህን ሁሉ ግን ያ አንዱ መንፈስ እንደሚፈቅድ ለእያንዳንዱ ለብቻው እያካፈለ ያደርጋል። “ (1ኛ ወደ ቆሮንቶስ ሰዎች 12:11)

ሕያው የሆነው መንፈስ ቅዱስ የሚያርቀው

1) “ ስለዚህ እላችኋለሁ፥ ኃጢአትና ስድብ ሁሉ ለሰዎች ይሰረይላቸዋል፥ ነገር ግን መንፈስ ቅዱስን ለሰደበ አይሰረይለትም። “ (የማቴዎስ ወንጌል 12:31)
2) “ ጴጥሮስም። ሐናንያ ሆይ፥ መንፈስ ቅዱስን ታታልልና ከመሬቱ ሽያጭ ታስቀር ዘንድ ሰይጣን በልብህ ስለ ምን ሞላ? “ (የሐዋርያት ሥራ 5:3)
3) “ ጴጥሮስም። የጌታን መንፈስ ትፈታተኑ ዘንድ ስለ ምን ተስማማችሁ? እነሆ፥ ባልሽን የቀበሩት ሰዎች እግር በደጅ ነው አንቺንም ያወጡሻል አላት። “ (የሐዋርያት ሥራ 5:9)
4) “ ለቤዛም ቀን የታተማችሁበትን ቅዱሱን የእግዚአብሔርን መንፈስ አታሳዝኑ። “ (ወደ ኤፌሶን ሰዎች 4:30)
5) “ የእግዚአብሔርን ልጅ የረገጠ ያንንም የተቀደሰበትን የኪዳኑን ደም እንደ ርኩስ ነገር የቆጠረ የጸጋውንም መንፈስ ያከፋፋ፥ እንዴት ይልቅ የሚብስ ቅጣት የሚገባው ይመስላችኋል? “ (ወደ ዕብራውያን 10:29)
6) “ እነርሱ ግን ዐመፁ ቅዱስ መንፈሱንም አስመረሩ፤ ስለዚህ ተመልሶ ጠላት ሆናቸው፥ እርሱም ተዋጋቸው። “ (ትንቢተ ኢሳይያስ 63:10)
7) “ መንፈስን አታጥፉ፤ “ (1ኛ ወደ ተሰሎንቄ ሰዎች 5:19)
8) “ ስለ እስራኤልም ልጆች ክርክር። እግዚአብሔር በመካከላችን ነውን ወይስ አይደለም? ሲሉ እግዚአብሔርን ስለተፈታተኑት የዚያን ስፍራ ስም ማሳህ፥ ደግሞም መሪባ ብሎ ጠራው። “ (ኦሪት ዘጸአት 17:7)

“ ሙሴስ በኋላ ስለሚነገረው ነገር ምስክር ሊሆን በቤቱ ሁሉ እንደ ሎሌ የታመነ ነበረ፥ ክርስቶስ ግን እንደ ልጅ በቤቱ ላይ የታመነ ነው፤ “ (ወደ ዕብራውያን 3:5)

9) “ አንድ ጊዜ ብርሃን የበራላቸውን ሰማያዊውንም ስጦታ የቀመሱትን ከመንፈስ ቅዱስም ተካፋዮች ሆነው የነበሩትን መልካሙንም የእግዚአብሔርን ቃልና ሊመጣ ያለውን የዓለም ኃይል የቀመሱትን በኋላም የካዱትን እንደገና ለንስሐ እነርሱን ማደስ የማይቻል ነው፤ ለራሳቸው የእግዚአብሔርን ልጅ ይሰቅሉታልና ያዋርዱትማልና። “ (ወደ ዕብራውያን 6:4-6)

10) “ የነፃ ወጪዎች ከተባለችው ምኵራብም ከቀሬናና ከእስክንድርያም ሰዎች ከኪልቅያና ከእስያም ከነበሩት አንዳንዶቹ ተነሥተው እስጢፋኖስን ይከራከሩት ነበር፤ ይናገርበት የነበረውንም ጥበብና መንፈስ ይቃወሙ ዘንድ አልቻሉም። “ (የሐዋርያት ሥራ 6:9-10)

አማኝ ማድረግ ያለበት ምንድነው?

1. መንፈሱን መለመን ማቴ. 26:41፣ ሉቃ. 11:13
2. መንፈሱን መጠማት ዮሐ. 7:37-39
3. መንፈሱን መታዘዝ የሐዋ. ሥራ 5:32
4. በመንፈስ መመላለስ ገላ. 5:16
5. በመንፈስ መመራት ገላ. 5:18 ፣ ሮሜ 8:14
6. በመንፈስ መኖር ገላ. 5:25

ስለ መንፈስ ቅዱስ

ስለ እግዚአብሔር መንፈስ ቅዱስ ከሁሉ በፊት በቀዳሚነት ማወቅ ያለብን፣ የእርሱ መለኮታዊ ማንነቱን ማወቅ ዘለቄታ ላለው መንፈሳዊ ሕይወት በጣም ጠቃሚ መሆኑን ነው፡፡ የእግዚአብሔር ቃል በመዝሙር 139፡7 ላይ “ከመንፈስህ ወዴት እሄዳለሁ፤ ከፊትህስ ወዴት እሸሻለሁ፧” ብሎ ሲገልጽ እግዚአብሔር መንፈስ ቅዱስ፣ አምላካዊነቱንና እንዲሁም ሥፍራና ቦታ የማይወስነው መሆኑንን ሲያመለክት ነው። በዕብ. 9:14 ላይ ደግሞ መንፈስ

ቅዱስን «የዘላለም መንፈስ» በማለት እርሱ በእግዚአብሔርነቱ ዘላለማዊ መሆኑንም ይገልጻል፡፡

እግዚአብሔር መንፈስ ቅዱስ ከፍጥረት በፊት የነበረ ፈጣሪ መሆኑን የሚያመለክት ከእግዚአብሔር ቃል ላይ ብዙ ቦታ ማግኘት እንችላለን፡፡ ለምሣሌ በዘፍ. 1:3 ላይ "የእግዚአብሔርም መንፈስ በውኃ ላይ ሰፍፎ ነበር" ። ይላል፡፡ በተጨማሪም በዘፍ. 2:7 ላይ "እግዚአብሔር አምላክም ሰውን ከምድር አፈር አበጀው፤ በአፍንጫውም የሕይወት እስትንፋስን እፍ አለበት፤ ሰውም ሕያው ነፍስ ያለው ሆነ" ። ተብሎ ተጽፎአል፡፡ በመዝ. 14:30 ላይ ደግሞ "መንፈስህን ትልካለህ ይፈጠራሉም፥ የምድርንም ፊት ታድሳለህ፡፡ " ተብሎ ተገልጾአል፡፡ በኢየብ 33:4 ላይ "የእግዚአብሔር መንፈስ ፈጠረኝ፥ ሁሉንም የሚችል የአምላክ እስትንፋስ ሕይወት ሰጠኝ" ። ይላል፡፡

እግዚአብሔር እኮ መንፈሱንና እስትንፋስን ወደራሱ መልሶ ቢወስድ የሰው ዘር በሙሉ ህይወት አጥቶ ከምድር ላይ በጠፉና ተመልሰም አፈር በሆነ ነበር። ኢዮብ በ34:14፣15 ላይ "እርሱ ልቡን ወደ ራሱ ቢመልስ፥ መንፈሱንና እስትንፋሱን ወደ ራሱ ቢሰበስብ፥ ሥጋ ለባሽ ሁሉ በአንድነት ይጠፉል፥ ሰውም ወደ አፈር ይመለሳል"። ያለው ለዚህ ነው፡፡ ስለዚህ "ሕይወትን የሚሰጥ መንፈስ ነው፤" ዮሐ. 6:63 "እግዚአብሔር መንፈስ ነው፥ የሚሰግዱለትም በመንፈስና በእውነት ሊሰግዱለት ያስፈልጋቸዋል" ዮሐ. 4:24። "ጌታ ግን መንፈስ ነው፤ የጌታም መንፈስ ባለበት በዚያ አርነት አለ" 2ኛ ቆሮ. 3:17። ተብሎ በእግዚአብሔር ቃል ላይ የተጻፈው ይህንን ዕውነት ለማስረገጥ ነው፡፡

እኛ አማኞች የእግዚአብሔር መንፈስ ቅዱስ አምላክነቱን ስንረዳ ከስጦታው ይልቅ ሰጪውን ለማክበርና ከእርሱም ጋር ለመኖር እንደዚሁም እርሱን እየሰማንና እየመራን ለመከተል የሚጠቅመን እውነተኛ መርህ ይሆንልናል፡ ፡ ለዚህም ዕውነት በዚህ መርህ የተጓዙት መንፈሳዊ አባቶቻችን በቂ ምሳሌዎች ናቸው።

ስለ መንፈስ ቅዱስ መወያየት ስንጀምር ማስተዋል ያለብን አንድ ቁም ነገር አለ፡፡ ይኸውም መንፈስ ቅዱስን ከዘፍጥረት እስከ ዮሐንስ ራእይ ባለው ብቻ ሳይሆን ከፍጥረት በፊት የነበረ መለኮት የነበረና ጌታችን መድኃኒታችን ኢየሱስ ክርስቶስ ወደ አብ አባቱ ለመሄድ ሲዘጋጅ «እርሱ ቢመጣ ይሻላል፡ ፡» ያለለት መለኮታዊ አካል እንደሆነ መረዳት አለብን፡፡ ሐዋሪያው ጳውሎስ በኤፌሶን ምዕራፍ አንድ ላይ «ስጸልይ ስለ እናንተ ማሳሰብን አልተውም፣ የክብር አባት የጌታችን የኢየሱስ ክርስቶስ አምላክ እርሱን በማወቅ የጥበብና የመገለጥ መንፈስ እንዲሰጣችሁ እለምናለሁ » (ቊ. 17፡17) ይላል። ይህንን መሰል ጸሎት አገልጋዮችም ሆነ አማኞች በሙሉ ልንጸልየው የሚገባ ጸሎት ነው።

መንፈስ ቅዱስ አካል አለው የሚለውን የቤተ ክርስቲያን መሠረታዊ ትምህርት አንዳንድ ሰዎች አይቀበሉትም፡፡ ይህ ችግር ዛሬ ብቻ ሳይሆን የጥንቷንም ቤተ ክርስቲያን የገጠማት ችግር ነው። ዛሬም አልፎ አልፎም የሚታይ ችግር ቢሆንም፣ በየዘመናቱ ቤተ ክርስቲያንም ይህን ሐሰት ተቋቁማ እስከ ዛሬም ከሥላሤ አንዱ አካል ከሆነው በመንፈስ ቅዱስ ኃይል እየሠራች ትገኛለች። ወደፊትም ጌታ እስኪመጣ ድረስ ከመንፈስ ቅዱስ ጋር ትቀጥላለች።

ስለ መንፈስ ቅዱስ ማንነት ስንናገር የቤተ ክርስቲያንን ታሪክ ብቻ ሳይሆን የእግዚአብሔር ቃል የሆነው መጽሐፍ ቅዱሳችንስ ምን ይላል? የሚለውን ይበልጥ ልንጠይቅ ይገባል። እግዚአብሔር መንፈስ ቅዱስ አንዳንዴም እንደ ኃይል፣ አንዳንዴም እንደ አካል ተገልጦ እናየዋለን። እስቲ የእኛን ልምምድና ትርጉም ትተን መጽሐፍ ቅዱስ ስለ መንፈስ ቅዱስ ኃይልና አካል ምን ይላል? የሚለውን ሃሳብ ለመመለስ እንድንችል ከእግዚአብሔር ቃል መልሱን እንፈልግ፡፡ ለምሣሌ በሉቃስ 3:21፡22 ላይ የተጻፈው ዕውነት እንዲህ ይላል፡ - "ሕዝቡም ሁሉ ከተጠመቁ በኋላ ኢየሱስ ደግሞ ተጠመቀ። ሲጸልይም ሰማይ ተከፈተ፥ መንፈስ ቅዱስም በአካል መልክ እንደ ርግብ በእርሱ ላይ ወረደ፤ የምወድህ ልጄ አንተ ነህ፥ በአንተ ደስ ይለኛል የሚል ድምፅም ከሰማይ መጣ" ። እዚህ ላይ እንደ አካል የሚለው አገላለጽ መንፈስ ቅዱስን አካል እንዳለው የእግዚአብሔር ቃል በግልጽ ሲያስረዳን ነው፡፡ በተጨማሪም በሉቃስ ወንጌል በሃያ አራተኛው ምዕራፍ በቁጥር 49 ላይ « ከላይ ኃይል እስክትቀበሉ ድረስ ከኢየሩሳሌም አትውጡ አላቸው ፡፡» ተብሎ ተጽፎአል፡፡ እንግዲህ ከነዚህ ጥቅሶች የምንረዳው መንፈስ ቅዱስ አንዳንዴ እንደ ኃይል፣ አንዳንዴም እንደ አካል ቢገለጽም፤ ሁሉም እርሱን ለመግለጽ እንደሆነ ልንገነዘብ ይገባል።

መጽሐፍ ቅዱሳችን ውስጥ አብ፣ ወልድ፣ መንፈስ ቅዱስ በማለት እግዚአብሔር የተገለጸበትን ሦስቱን አካላት በሚገባ አስፍሮት እናገኘዋለን፡ ፡ ይህንኑ አገላለጽ ጌታችን መድኃኒታችን ኢየሱስ ክርስቶስ በማቴዎስ ወንጌል ምዕራፍ 28 ፡ 19 ላይ በግልጽ ሲጠቀምበት እናገኛለን፡፡ እንዲሁም ሐዋሪያው ጳውሎስ በሁለተኛ ቆሮንቶስ ምዕራፍ አሥራ ሦስት፣

በተጨማሪም ሃዋሪያው ጴጥሮስ በመጀመሪያው መልዕክቱ ምዕራፍ አንድ ላይ፣ ከዚህም በላይ በብሉይ ኪዳን ውስጥ በውስጠ ታዋቂ « እንደ ምሳሌያችን እንፍጠር፤» በሚለው አገላለጽ ስለ ሥላሤ ህልውና በሚገባ መረዳት እንችላለን፡፡ በብሉይ ኪዳን «ኤሎሂም» የሚለው ቃል የሚገልጸው ነጠላ ቍጥርን ሳይሆን የብዙ ቁጥርን ነው። በተዘዋዋሪ መንገድ «ፈጠሩ ». የሚለውን ያመለክታል ማለት ነው ። ይህም በአንድ አምላክነት፣ በሦስት አካልነት፥ እርሱም አብ፣ ወልድ፣ መንፈስ ቅዱስ እንደሆነ በግልጽ ያስረዳናል። ምንም እንኳ አንዳንድ መናፍቃን የሥላሤን ሦስትነትና አንድነት ባይቀበሉም፣ እውነቱ ግን፥ አብ፣ ወልድ፣ መንፈስ ቅዱስ አንድ አምላክ እንደሆነ ልናምነውና ልንቀበለው የተገባ እውነተኛ የክርስትና አስተምህሮ ነው።

በሌላ በኩል መንፈስ ቅዱስ አፅናኝ የእውነት መንፈስ እንደሆነ በዮሐንስ 15:26 በግልጽ ያስረዳናል። በመጽሐፈ ምሳሌ 30:27 "የሰው መንፈስ የእግዚአብሔር ብርሃን ነው ሁሉን ይመረምራል"። ይላል፡፡ እንዲሁም "መንፈስም የእግዚአብሔርን ጥልቅ ነገር ስንኳ ሳይቀር ሁሉን ይመረምራል፣ ለእኛም በመንፈሱ በኩል ገለጸው" ተብሎ በ1ኛ ቆሮ. 2:10 ላይ ተገልጦአል፡ ፡ የእግዚአብሔር መንፈስ ለእኛ መንፈስ ይገልጻል፤ እኛም እንረዳዋለን። "የእግዚአብሔር ቃል በእርሱ ውስጥ ካለው ከሰው መንፈስ በቀር ለሰው ያለውን የሚያውቅ ሰው ማነው፤" (2ኛ ቆሮ. 2:11)። ተብሎ የተጻፈውም ለዚህ ነው፡፡ በኢሣያስ 11:2 ላይም "የእግዚአብሔር መንፈስ የጥበብና የማስተዋል መንፈስ የምክርና የኃይል መንፈስ የእውቀትና እግዚአብሔርን የመፍራት መንፈስ ያርፍበታል" ተብሎ ይነበባል፡፡

መንፈስ ቅዱስ በሥራውና በድርጊቱ በሚገባ ይታወቃል፡፡ በዘፍጥረት 1:2፣ እንዲሁም በዘካ. 4:6፣ በተጨማሪም በዮሐንስ 16:13 ላይ መንፈስ ቅዱስ እንደሚመራን ተጽፎአል፡፤ በኢሳ. 48:16፣ እና በሮሜ 8:14 ላይ ደግሞ መንፈስ ቅዱስ አምላካዊ አካል እንዳለውና ኃይሉንም ተቀብለን ከእርሱ ጋር አብረን መሥራት እንዲሆንልንም መጸለይና ቃሉን ማንበብ የዕለት ዕለት ኑሮአችንና ተግባራችን መሆን እንዳለበት ማወቅ አለብን፡፡

መንፈስ ቅዱስ እንደሚያዝን በእግዚአብሔር ቃል ላይ ተቀምጦአል፡፡ ይህም ማለት ታዲያ እኛ በሥራችንና በበደላችን መንፈስ ቅዱስን ማሳዘን እንደምንችል ለማሳየት ነው፡፡ ለዚህም ነው የእግዚአብሔር ቃል በኢሣያስ 63፡10 ላይ "ቅዱሱን መንፈስ አታሳዝኑት" ተብሎ የተጻፈው፡፡ በተጨማሪም በኤፌ. 4:30 ላይ "መንፈሱም ተዋጋቸው" ተብሎ የተጻፈው መንፈስ ቅዱስ ማዘን ብቻ ሳይሆን ክፉዉን የሚዋጋ መንፈስ እንደሆነ ሲያስረዳ ነው፡፡ ከዚህም በላይ በእግዚአብሔር ቃል ውስጥ መዝሙር 51:11፣ የሐዋሪያት ሥራ 10:19-21 የተጻፈውን ቃል ማጥናት ይጠቅማል። ከዚህም በላይ መንፈስ ቅዱስ ሥራው በነቢያትና በአማኞችም ሕይወት በግልጽ ሥራውን ሲገልጽ ታይቷል፣ እየታየም ነው።

የመንፈስ ቅዱስ ዘመን

ይህ ያለንበት ዘመን የመንፈስ ቅዱስ ዘመን እንደሆነ መጽሐፍ ቅዱሳችን በግልጽ ይናገራል። ጌታችን መድኃኒታችን ኢየሱስ ክርስቶስ "እኔ ግን እውነት እነግራችኋለሁ፤ እኔ እንድሄድ ይሻላችኋል። እኔ ባልሄድ አጽናኙ ወደ እናንተ አይመጣምና፤ እኔ ብሄድ ግን እርሱን እልከላችኋለሁ" (ዮሐንስ 16:7) ።

በማለት የተናገረው እርሱ የምድር አገልግሎቱን ፈጽሞ ሲሄድ መንፈስ ቅዱስ ኃይሉንና ጸጋውን በመስጠት ሥራውን ያስቀጠለበት ይህ ዘመን መሆኑን ሲያሳየን ነው፡፡ ምንም እንኳን እጅግ የተንዛዙትና መጽሐፍ ቅዱሳዊ መሠረታቸውን የሳቱ የቤተ ክርስቲያንና የመንግሥት ሥርዓቶች የመንፈስ ቅዱስን ሥራዎች ለማጥፋትና ለማደብዘዝ ቢጥሩም፣ መንፈስ ቅዱስ ግን መለኮታዊ ኃይሉንና እሳቱን እየሰጠ በዓለም ዙሪያ አስደናቂ የማዳንና የታምራትን ሥራዎችን እየሠራ ይገኛል፡፡ ወደፊትም ሥራውና አገልግሎቱ ይቀጥላል፡፡

የቤተ ክርስቲያንን ታሪክ ስናጠና ከበአለ ሃምሣ ግዜ ጀምሮ ወንጌል በኃይልና በሙላት እንዲቀጣጠልና ከመካለኛ ምሥራቅ አልፎ ወደ አውሮጳና አፍሪካ እንዲዘልቅ ያደረገው መንፈስ ቅዱስ ከአራተኛው ክፍለ ዘመን መጨረሻ ጀምሮ ግን መንፈስ ቅዱስ እንዴት ይህ የኃይል መንፈስ ትክክለኛውን ስፍራ እንዳጣና እንደገናም በ19ኛው መቶ ክፍለ ዘመን መጨረሻ በታላቅ ኃይል ፈንድቶ እንዴት በሙላት እንደሠራ እንረዳለን።

ከስደትና ከመከራ ያረፈች አስመስሎ፣ ቤተ ክርስቲያን ከመንግሥት ጋር ጥቅም ግንኙነት እንድትፈጥርና ራዕይዋንና ተልዕኮዋን ጥላ ከሁሉም በላይ የመንፈስ ቅዱስ ኃይል እየራቃትና በሚያልፈው ምድራዊ ባለጠግነት ተጨናንቃ ራዕይዋ እያደበዘባት መጣ። የሎዶቂያ ቤተ ክርስቲያን በራዕይ 3፡ 17-18 ላይ “ሀብታም ነኝና ባለጠጋ ሆኜአለሁ አንድም ስንኳ አያስፈልገኝም የምትል ስለ ሆንህ፥ ጐስቋላና ምስኪንም ድሀም ዕውርም የተራቆጥም መሆንህን ስለማታውቅ፥ ባለ ጠጋ እንድትሆን በእሳት የነጠረውን ወርቅ፥ ተገናጽፈህም የራቁትነት ኃፍረት እንዳይገለጥ ነጭ

ልብስን፥ እንድታይም ዓይኖጭን የምትኳለውን ኵል ከእኔ ትገዛ ዘንድ እመክርሃለሁ” ተብሎ እንደተጻበትና ማስጠንቀቂያ እንደደረሳት ሁሉ የዛን ዘመን ቤተ ክርስቲያንም ተመሳሳይ ውድቀት ውስጥ ተገኝታ እንደነበር ታሪክ ምሥክር ይሆናል፡፡ ይህ የእግዚአብሔር ቃል ዛሬም ለብዙ አብያተ ክርስቲያናት ወቅታዊ መልእክት ይሆናል። ምክንያቱም ብዙዎቹ የመንፈስ ቅዱስ ስጦታዎች አያስፈልጉም በማለት እራሳቸውን ከእግዚአብሔር የሃይል መገለጥ ያራቁ እጅግ ብዙዎች ስላሉ ከዚህም የተነሳ ራሳቸውን ለውድቀት አጋልጠዋል፡፡

ሮም አለምን ትገዛ በነበረበት ዘመን በአራተኛው ክፍለ ዘመን ላይ ተነስቶ የነበረው ንጉሥ ቆስጠንጢኖስ ድልን ያገኘሁት በመስቀል ምልክት ነው ካለ በኋላ፣ ክርስትናን በአዋጅ የመንግሥት ሃይማኖት መሆኑን አስታውቆ ቤተክርስቲያን ሲደርስባ ከነበረው ታላቅ ስደትና መከራ ለማረፍ ምክንያት ሆኖ እንደነበር ከታሪክ እንደረዳለን፡፡ ክርስትና ውርደት መሆኑ ቀርቶ ክብር ፣ የሚጠላ መሆኑ ቀርቶ የሚወደድ ፣ ሆነ፡፡ ለመከበርና ለመወደድ፡፡ በመንግሥትም ዘንድ ተቀባይነት ለማግኘት ሰዎች በጅምላ ወደ ቤተ ክርስቲያን መፍለስ ጀመሩ፡፡ የጥምቀት ሥርዓት በወረፋ ተካናወነ፡፡ ሰዎች በክርስቶስ ኢየሱስ ደም ከሃጢአታቸው ነጽተው ነጻ እንደሚሆኑ ገብቶአቸው ሳይሆን ነገር ግን የሰውን ሥርዐትና ወግ በመፈጸም ከሰዎች እኩል ለመሆን ካለቸው ፍላጎት የተነሳ ብቻ እንደ ጎርፍ ወደ ከቤተ ክርስቲያን መንጋው ጋር ተቀላቀሉ፡፡ ቤተ ክርስቲያን አባላትን እንጂ ህይወትን ማብዛትና ማትረፍረፍ ተወች፡፡ በዛው ልክ ሃጢአትና ዓለማዊነት ከነጓዛቸው ወደ ቤተ ክርስቲያን ስተት ብለው ገቡ፡፡ ለዚህም ነው በማርቆስ

7፡13 ላይ ጌታችን መድኃኒታችን ኢየሱስ ክርስቶስ ለፈሪሳዊያን "ባስተላለፋችሁትም ወግ የእግዚአብሔርን ቃል ትሽራላችሁ፤ እንደዚሁም ይህን የሚመስል ብዙ ነገር ታደርጋላችሁ" በማለት ሲያስጠነቅቅ የነበረው፡ ፡

ከአራተኛው ክፍለ ዘመን በፊት ጌታ ኢየሱስን የሃይማኖት መሪዎች እንደገፉት፤ ቤተ ክርስትያንንም ዘመናዊዎቹ ፈሪሳውያንና የሃይማት መሪዎች በሥርዓታቸውና በወጎቻቸው በመበከል በግልጽ መንፈስ ቅዱስን በመግፋ ከቤተ ክርስቲያን አራቁት። በመንፈስ ቅዱስ መመራት መሠረታዊ ሃላፊነትዋ የነበረችው ቤተ ክርስቲያን በሰው ጥበብና እውቀት መመራት ጀመረች። የመንፈስ ቅዱስ ስጦታዎች በቤተ ክርስቲያን አገልግሎት ውስጥ መታየታቸው ቀርቶ ሰዎች በትክክለኛው የግብረገብ ሕይወት መመላለስ እንኳን አቃታቸው። ይህም ሁኔታ የቤተ ክርስቲያን ታላቅ ውድቀት ተብሎ እስከሚታወቀው እስከ አሥራ አምስተኛው መቶ ክፍለ ዘመን ድረስ በሚያሳዝን ሁኔታ ቀጠለች፡፡ በየዘመናቱ እራሱን ያለ ምስክር የማይተወው ፣ በዚህ ሁኔታ ቤተ ክርስቲያን ተልዕኮዋን ረስታ ጸጋዋን ጥላ እንዳትቀር የሚፈልገው ታማኙና ርህሩሁ እግዚአብሔር ሊያድሳትና ወደ ቀደመው ተልዕኮዋ እንድትመለስ ስለፈለገ ፣ ማርቲን ሉተር ኪንግ የሚባል ሰውን አስነሣ። ማርቲን ሉተር ክንግ በትምህርተ ክርስትና የገፋ መነኩሴ ነበር። ይህ እግዚአብሔር ያስነሳው ማርቲን ሉተር፣ ከመጽሐፍ ቅዱስ ውጭ ቤተ ክርስቲያንን የተበተቡ ሥርዓቶችንና ድርጊቶችን በመቃወም እውነትን ለተጠሙ ሰዎች ሁሉ ለማሳወቅ ሚያስችል አዲስ መስመርን ከፈተ። ብዙዎችም በዚህ የመጽሐፍ ቅዱስ እውነት ፋና ተመርተው የደህንነት ጸጋን

በእምነት በመቀበል አገኙ። ይሁን እንጂ ቤተ ክርስቲያን ቀድሞ እንደነበረው የሐዋሪያት የአገልግልትና ህይወት ልምምድ ለመድረስ አዳግቷት ከታሪክ እንደምንረዳው አልፎ አልፎ በየዘመናት መካከል አንዳንድ ሰዎች በመንፈስ ቅዱስ የመሞላት ልምምድ ውስጥ ከመግባታቸው በቀር በሙላት ቤተ ክርስቲያን ወደዚህ ልምምድ አልገባችም ነበር። ቤተ ክርስቲያን መዳን በእምነት የሚለውን እውነት የያዘች ቢሆንም በአንጻሩ ደግሞ ወደ መንፈስ ቅዱስ ጥምቀት የደረሱትን ወገኖች ታሳድድ ነበር።

« እሠራለሁ የሚከለክለኝስ ማነው?». ያለ አምላክ ወደአሥራ ዘጠኝ መቶ ክፍለ ዘመን መጨረሻ በአዙሳ ካሊፎርኒያ አጽናኙና ሃያል የሆነው መንፈስ ቅዱስ በድንቅና በሙላት ወርዶ በመቀጣጠል በጥቂት ዓመታት ውስጥ በዓለም ዙሪያ የእሳቱ መሰራጫቱን ቀጠለ። ይህን ሃይል እንደ ቀድሞዉ የሰው ሥርዓትና ወግ ሊያቆመው አልቻለም፡፡ ዛሬም ይኸው የመንፈስ ቅዱስ እሳት በእኛም አገር በኢትዮጵያ ደርሶ የጌታችን የኢየሱስ ክርስቶስ የማዳን ሥራ በይፋ ሊታይበት መቻሉን የቅርብ ግዜ ታሪካችን ነው፡፡ ይህ የመንፈስ ቅዱስ እንቅስቃሴና ሃይል ለማጽናት ፈውሶችና ድንቅ ተዓምራቶች በይፋ ተገለጡ፡፡ ይህ የመንፈስ ቅዱስ ሙላት በዓለም ዙሪያ እየታየ ያለ እውነት ቢሆንም ዛሬም አንዳንድ አብያተ ክርስቲያናት ይህን እየታየና እየሠራ ያለውን እውነት የማይቀበሉ እንዳሉ አይካድም፡፡

በዚህ ዘመን የጸጋ ስጦታዎችንና በልሳን መናገርን የሚቃወሙና የማይቀበሉ አቢያተ ክርስቲያናትና የመንፈስ ቅዱስ እንቅስቃሴ በሐዋሪያት ዘመን አብቅቷል፤ ዛሬ ቤተ ክርስቲያን ተመሥርታለች መጽሐፍ ቅዱስ በእጃችን ተሰጥቶናል የሚል አመለካከት ያላቸው ሰዎች አሉ፡፡ ሆኖም የእግዚአብሔር

ቃል ይህንን ዕውነት በነቢዩ ኢዮኤል 2:28 ላይ “እንዲህ ይላል፥ ከዚህም በኋላ እንዲህ ይሆናል፣ መንፈሴን በሥጋ ለባሽ ሁሉ ላይ አፈሳለሁ፣ ወንዶችና ሴቶች ልጆቻችሁ ትንቢት ይናገራሉ፣ ሽማግሌዎቻች ሁም ሕልምን ያልማሉ፣ ጎበዛዝቶቻችሁም ራእይን ያያሉ” በማለት የማያወላውል ምላሽን ይሰጣል፡፡ ስለዚህ ይህ ዘመን መንፈስ ቅዱስ መሥራቱን ያቆመበት ዘመን ሳይሆን የእግዚአብሔር መንፈስ በድንቅና በሙላት የሚሰራበት ዘመን መሆኑን ይህንን ዕውነት ለማይዘበሉት ሁሉ የልቦና አይኖቻቸው እንዲበሩላቸውና እንዲገለጽላቸው እጸልያለሁ።

ሐዋሪያው ጴጥሮስም በበኩሉ ይህንን ዕውነት አጽንዖት ሲሰጥ በየሐዋሪያት ሥራ 2:39 ላይ “ንስሐ ግቡ ኃጢያታችሁም ይሰረይ ዘንድ እንዳንዶቻችሁም በኢየሱስ ክርስቶስ ሥም ተጠመቁ፣ የመንፈስ ቅዱስን ስጦታ ትቀበላላችሁ፣ የተስፋው ቃልም ለእናንተና ለልጆቻች ሁ ጌታ አምላካችንም ወደ እርሱ ለሚጠራቸው በሩቅ ላሉትም ሁሉ ነውና አላቸው፡፡ ” በማለት ነው የገለጸው፡፡ ይህ እውነት ሁሉም በጌታችን በኢየሱስ ክርስቶስ ከኃጢያት በደሙ ነጽተው ደግሞ ልደት ለተቀበሉት ሁሉ የተሰጠ ተስፋ መሆኑን መረዳት ደግሞ ትልቅ በረከት ነው፡፡

አዲስ ልደትና የመንፈስ ቅዱስ ሙላት

በመጽሐፍ ቅዱሳችን በዮሐንስ 16፡8 ላይ እንደምናገኘው ዕውነት ኃጢያተኝነቱን እንዲያውቅና ወደ ንስሐ እንዲመጣ መንፈስ ቅዱስ መጥቶ ስለ ኃጢያት፣ ስለ ጽድቅ፣ ስለ ፍርድ ዓለምን ይወቅሳል፡፡ በዚህም መሠረት በዮሐንስ 1፡12-13 እንደምናነበው ፡ ኃጢያተኛው ሰው ይህን ተረድቶ ኢየሱስን እንደግል አዳኙ አድርጎ በእምነትና በንሰሐ ሲቀበል አዲስ ልደትን ያገኛል፡፡ ከዚህም በተጨማሪ በዮሐንስ 3:3-5 ላይ የጠጠቀሰው ሐቅ ይህንኑ የእግዚአብሔርን ሃሳብ የሚያጸና ነው፡፡ ከዚህም በላይ በ ኤፌ. 2:8 ያለው ቃል ይህንን ዕውነት አስመልክቶ ሃዋሪያው ጳውሎስ ሲያስገነዝብ እናገኛለን፡፡ ። ከኃጢያቱ ነጽቶ የመንፈስ ቅዱስ ማደሪያ የሆነው ሰው የአዲስ ፍጥረትነት ጸጋን ከመጎናጸፉም በላይ በልጅነት ሥልጣን የእግዚአብሔር መንግሥት ወራሽ ይሆናል ማለት ነው፡፡ ለተጨማሪ ግንዛቤ ከእግዚአብሔር ቃል እነዚህን ጥቅሶች መመልከት እንችላለን፡፡ (በዮሐንስ 14:16፣ 1ኛ ቆሮ. 5:17፣ ቲቶ 3:5፣ ማቴ. 19:28)።

አዲስ ልደት እንደተቀበልንና መንፈስ ቅዱስና ጌታችን ኢየሱስ ክርስቶስ በእኛ ውስጥ እንደሚያድሩም የእግዚአብሔር ቃል ዋስትናና ማረጋገጫ ይሰጠናል፡፡ 1 ኛ ቆሮ. 3:16-17 መመልከት እንችላለን፡፡ ይህ አስደናቂ የሆነው ማረጋገጫ ሰማይና ምድር ቢያልፉ እንኳን ጸንቶ የሚኖር የእግዚአብሔር ቃል ነው፡፡ የመንፈስ ቅዱስን ስጦታዎች በተመለከተ ሰጭው ራሱ በውስጣችን እንዳለ ከተረዳን ስጦታዎቹን በለመንን ግዜ እርሱ አትረፍርፎ ይሰጠን ዘንድ እጅግ የታመነ ነው፡፡

የመንፈስ ቅዱስ ስጦታዎችንና በልሳን መናገርን የሚቃወሙት ሰዎች መሠረታዊ የመጽሐፍ ቅዱስ መረዳት ችግር እንዳለባቸው ማወቅ እጅግ አስፈላጊ ነው፡፡ ይበልጥ ሚዛናዊ ለመሆን ካስፈለገ በመንፈስ ቅዱስ ስጦታዎችና በልሣን የመናገር ስጦታንም የሚቀበሉ አማኞች ችግር እንዳለባቸው፣ እንዲሁም መንፈስ ቅዱስ ሙላትና ልሳን መናገርን የሚቀበሉትም ሰዎች እነርሱም ቢሆን ትክክለኛ የመጽሐፍ ቅዱስ መረዳት ስለሚያንሳቸው አጠቃቀማቸው ላይ የቃሉ ድጋፍ ስለሌላቸው ስህተት እንደሚፈጽሙ መካድ አይቻልም፡፡ ይህንን ዕውነት በመረዳት የእግዚአብሔር ቃል ዕውቀት በሚገባ ከሌለን ስህተት ውስጥ እንደምንገባ በመረዳት ራሳችንን በቃሉ በሚገባ መገንባትና ማነጽ ይኖርብናል ማለት ነው፡፡የእነዚህ የእግዚአብሔር ቃል ድጋፍ የሌላቸው ሰዎች ከአመለካከታቸው አንዱ ሰው ልሣን ካተናገረ ከቶም አልዳነም የሚለው እጅግ ጽንፍ የያዘው አመለካከታቸው ነው፡፡ ይህ ማለት እንግዲህ የእግዚአብሔርን ሥልጣን እነርሱ ወስደው የሚድነውንና የማይድነውን ሰው የራሳቸውን መመዘኛ አውጥተው መለየት ሞክረዋል ማለት ነው፡፡ ይህ ፈጽሞ የተሳሳተ ትምህርትና አመለካከት ነው፡፡ መዳንና አለመዳን የሚያውቁት ግለሰቡና እግዚአብሔር ብቻ እንጂ እነርሱ በሚሉት አመለካከት እንዳሆን ልንገነዘብ ይገባል፡፡

ድንቅና የማያዳላው የእግዚአብሔር ቃል በ1ኛ ቆሮ. 12:13 ላይ ለሁሉም አማኞች እንዲህ ይላል፡፡ “አይሁድ ብንሆን የግሪክ ሰዎችም ብንሆን ባሪያዎችም ብንሆን ጨዋዎችም ብንሆን እኛ ሁላችን በአንድ መንፈስ አንድ አካል እንድንሆን ተጠምቀናልና። ሁላችንም አንዱን መንፈስ ጠጥተናል” ።

ስለዚህም የጸጋ ስጦታን የሚቃወሙትንም፣ ልሳን ካልተናገረ አልዳነም የሚሉትንም፣ አባባልና ትምህርት ልንጠነቀቅና ልናስተውል ይገባናል ማለት ነው::

ጌታችን ኢየሱስን በእምነት የተቀበሉት ሁሉ የመንፈስ ቅዱስ ማደሪያ እንደሚሆኑና በመንፈሱም መጠመቅን እንዳገኙ መጽሐፍ ቅዱስ በሚገባ ያረጋግጥልናል:: ምናልባት በአጠቃቀም ልምምድ ልዩነት ቢኖር ያ መሠረታዊ ሊሆን አይችልም:: እስቲ ልዩነታቸውን በጥቂቱም ቢሆን ስንመለከት ይህን ይመስላል:: በመንፈስ መሞላትንና በልሳን መናገርን የማይቀበሉት ክፍሎች፣ አንድ ጥምቀት ብዙ መሞላት የሚለውን አመለካከት ያራምዳሉ:: ይህም ማለት እንግዲህ ጌታን ስንቀበል በመንፈስ ተጠምቀናል እንደዚሁም በየጊዜው በመንፈስ እንሞላለን ማለታቸው ነው። ነገር ግን የሚያሳዝነው ብዙዎቹ አንድም ቀን እንኳን በመንፈስ አለመሞላታቸው ነው። እግዚአብሔር ከፈለገ ይሙላኝ እንጅ፣ ልጠይቅና ልፈልግም አይገባኝም የሚል አቋም አላቸው:: ለዚህ አመለካከታቸው ማረሚያ እንዲሆን በማቴዎስ 7፡7 ላይ "ለምኑ ይሰጣችኋል፣ ፈልጉ ታገኙማላችሁ፣ መዝጊያንም አንኳኩ ይከፈትላችሁማል" ተብለዖ የተጻፈውን የጌታ የኢየሱስን የተስፋ ቃል እንዲገነዘቡ ማድረግ እጅግ አስፈላጊ ነው:: በተጨማሪም በሉቃስ 11፡3 ላይ "በሰማይ ያለው አባታች ሁ ለሚለምኑት መንፈሱን እንዴት አብልጦ አይሰጣቸውም አለ።" ተብሎ የተጻፈውን የተስፋ ቃል በመታመን መንፈስ ቅዱስን ከእግዚአብሔር አባታችን በጸሎት መጠየቅ ፣ መጠበቅና መቀበል እንደምንችል ማወቅ

ጠቢብነት ይሆናል፡፡ በተጨማሪም የሉቃስ ወንጌል 24፡49 ላይ መመልከት እንችላለን፡፡

የመንፈስ ቅዱስ ስጦታዎች ለሐዋሪያት ብቻ የተሰጠ አይደለም

የመንፈስ ቅዱስን ሙላት የሚቃወሙት አብያተ ክርስቲያናት የሚያቀርቡት ምክንያት የመንፈስ ቅዱስ ስጦታዎች ለመጀመሪያይቱ ቤተ ክርስቲያን የተሰጡ በመሆናቸው፣ ስጦታዎቹ በሃያኛው መቶ ክፍለ ዘመን ላለችው ቤተ ክርስቲያን አይሰራም ፤ አያስፈልግምም ብለው ያምናሉ፡፡ ይህ አባባልና ትምህርት ለሰው አእምሮ የሚመች መስሎ የተቀነባበረ እንጅ፣ የእግዚአብሔር ቃል እንደሚለው አይደለም። የእግዚአብሔር ቃልበዮሐንስ 14፡12 ላይ የሚለው "በእኔ የሚያምን እኔ የመደርገውን ሥራ እርሱም ደግሞ ያደርጋል፣ ከዚህም የሚበልጥ ያደርጋል" ነው፡፡ እንዲሁም በማርቆስ 16፡17 ላይ « ያመኑትንም እነዚህ ምልክቶች ይከተሉአቸዋል፤ በስሜ አጋንንትን ያወጣሉ፤ በአዲስ ቋንቋ ይናገራሉ፤» በማለት ቃሉ ይነግረናል፡፡ ከእነዚህ ጥቅሶች እንደምንረዳው ጌታ ኢየሱስ ጦታዎቹን የለገሰው እርሱን አምነው ለተቀበሉት ሁሉ እንጂ ለመጀመሪያው መቶ ክፍለ ዘመን አማኞች ወይም ለሐዋሪያት ብቻ እንዳልሆነ ነው የምንገነዘበው፡፡

ሐዋሪያው ጳውሎስ ለኤፌሶን ቤተ ክርስቲያን በጻፈው መልዕክቱ ላይ ጌታ ለቤተ ክርስቲያን እነጻ ስለሰጣቸው አምስቱ የአገልግሎት ስጦታዎች ገልጧል፡፡ ኤፌ 4፡11 መመልከት እንችላለን። እነዚህ የአገልግሎት ስጦታዎችም የሚከተሉት ናቸው፡፡ ሐዋሪያት፣ ነቢያት፣ ወንጌል ሰባኪዎች፣ እረኞችና አስተማሪዎች በማለት ይገልጻቸዋል፡፡ ይህ ዕውነት እንደሆነ አምነን ከተቀበልን በተጨማሪም በቆሮንቶስ መልዕክት በምዕራፍ 14 እና 15 ላይ የተጠቀሱት የጸጋ ስጦታዎች እንዳሉ ካመንን ፣ እነዚህ ስጦታዎች

ዛሬነም እንደሚሰሩ አምነን እንዳንቀበል የሚለከለክለን ነገር ምንድነው ? ሐዋሪያው እነዚህ ስጦታዎች ቤተ ክርስቲያንን ለማነጽና ወንጌል በድንቅና በሃይል እንዲሄድ ሚያደርጉ መሣሪያዎች እንደሆኑ በሚገባ አበክሮ ከመመከር አልፎ እነዚህን ስቶታዎች በፍቅር መሠረት ልንጠቀምባቸው እንደሚገባ ያሳስበናል።

በተጨማሪም የመንፈስ ቅዱስ ስጦታዎች ለሐዋርያት ዘመን ብቻ የተሰጡ ናቸው የሚለው ትምህርትና አባባል ውድቅ የሚያደርገው ሌላው አሳብ በየትኛውም ሐዋሪያ ተደግፎ አለመጻፉ ነው። ስለዚህ ዛሬም መንፈስ ቅዱስ ስጦታዎቹን ይዞ በቤተ ክርስቲያን ደጅ ቆሞ ያንኳኳል፤ ብንጋብዘው ብንፈቅድለት ስጦታዎቹንና ድንቆቹን ያሳየናል። እስቲ ከጥማትና ከመጠባበቅ ጋር እንጋብዘው።

ስለመንፈስ ቅዱስ መውረድ የተሰጠ ተስፋ፤

1)መንፈሴን በሥጋ ለባሽ ሁሉ ላይ አፈሳለሁ(ኢዩ 2፡28_29፣ሥራ 2፡ 38_39)

2)አዲስ ልብና አዲስ መንፈስ እሰጣችኋለሁ፣ሕጌንና ትዕዛዜን ትጠብቃላችሁ(ሕዝ 36፡25_37)

3)ኢየሱስ በእኔ የሚያምን መጽሐፍ እንዳለ የሕይወት ውሃ ወንዝ ይፈልቃል ብሎ ጮኸ፣ይህም ግን በእርሱ የሚምኑት ሊቀበሉት ስላላቸው መንፈስ ቅዱስ ተናገረ(ዮሐ 7፡38_39)

4)ኢየሱስም አለ እኔ ብሄድ ይሻላችኋል፣እኔ ባልሄድ አጽናኙ ወደ እናንተ አይመጣም አለ፤(ዮሐን 16፡6_7)

5)አባቴ የሰጠውን ተስፋ እኔ እልክላችኋለሁ፣እናንተ ግን ከላይ ኃይል እስክትለብሱ ድረስ በኢየሩሳሌም ቆዩ(ሉቃስ 24፡49፣ሥራ 1፡8)

6)እኔም አብን እለምናለሁ፣ለዘላለም ከእናንተ ጋር ሌላ አጽናኝ ይሰጣችኋል፤ እርሱም አለም የማያየውና የማያውቀው ስለሆነ ሊቀበለው የማይቻለው የእውነት መንፈስ ነው፡፡ነገር ግን ከእናንተ ዘንድ ስለሚኖር በውስጣችሁም ስለሚሆን እናንተ ታውቁታላችሁ፤(ዮሐ 14፡16_17፣

7)ዮሐንስ በውሃ አጥምቆ ነበርና እናንተ ግን ከጥቂት ቀን በኋላ በመንፈስ ቅዱስ ትጠመቃላችሁ አለ(ሥራ 1፡5)

<u>በአመኑት ሁሉ መንፈስ ቅዱስ ይኖራል፤</u>

1)ኢየሱስም መለሰ እንዲህ ሲል፤እውነት እውነት እልሃለሁ፤ሰው ከውሃና ከመንፈስ ካልተወለደ በቀር ወደ እግዚአብሔር መንግሥት ሊገባ አይችልም፤(ዮሐንስ 3፥5)

2)በደሙ ንሥሐ ገብተው በአመኑት ሁሉ መንፈስ ቅዱስ በውስጣቸው ይኖራል፤(ዮሐንስ 14፥16_17)

3)ወንጌል ሰምተው በክርስቶስ ኢየሱስ የሚያምኑት ሁሉ በመንፈስ ቅዱስ ታትመዋል፤(ኤፌሶ 1፥13)

4)የእግዚአብሔር መቅደስ እንደሆናችሁ የእግዚአብሔር መንፈስ እንዲኖርባችሁ አታውቁምን?(1ቆሮ 3፥16_17)

5)እኛ ሁላችን በአንድ መንፈስ አንድ አካል እንድንሆን ተጠምቀናል፤ሁላችን አንዱን መንፈስ ጠጥተናል፤(1ቆሮ 12፥13)

6)መልካሙና አደራ በእኛ በሚኖረው በመንፈስ ቅዱስ ጠብቃ(2ኛ ጢሞ 1፥14)

7)እንደምህረቱ መጠን ለአዲስ ልደት በሚሆነው መታጠብና በመንፈስ ቅዱስ በመታደ አዳነን እንጂ እኛ ስላደረግነው በጽድቅ ስለነበረው ሥራ አይደለም፤(ቲቶ 3፥5)

<u>ስለመንፈስ ቅዱስ ጥምቀት</u>

1)እኔስ ለንስሐ በውሃ አጠምቃችኋለሁ፤ጫማውን እሸከም ዘንድ የማይገባኝ ከእኔ በኋላ የሚመጣው ግን ከእኔ ይልቅ ይበረታል፤እርሱም በመንፈስ ቅዱስና በእሳት ያጠምቃችኋል፤(ማቴ 3፥11_12)

2)እኔ በውኃ አጠምቃችኋለሁ፤እርሱ ግን በመንፈስ ቅዱስ ያጠምቃችኋል(ማር 1፥8)

3)ዮሐንስም መልሶ እኔስ በውሃ አጠምቃችኋለሁ፣ነገር ግን የጫማውን ጠፍር መፍታት ከማይገባኝ ከእኔ የሚበረታ ይመጣል፤እርሱም በመንፈስ ቅዱስና በእሳት ያጠምቃችኋል፤(ሉቃስ 3፥16)

4)እኔ አላውቀውም ነበር፤ዳሩ ግን በውሃ አጠምቅ ዘንድ የላከኝ እርሱ መንፈስ ቅዱስ ሲወርድበትና ሲኖርበት የምታየው በመንፈስ ቅዱስ የሚያጠምቀው እርሱ ነው አለኝ(ዮሐ 1፥33)

5)ዮሐንስ በውኃ አጥምቆ ነበርና እናተ ግን ከጥቂት ቀን በኋላ በመንፍስ ቅዱስ ትጠመቃላችሁ አለ(ሥራ 1፥5)

6)ዮሐንስ በውሃ አጠመቀ እናንተ ግን በመንፈስ ቅዱስ ትጠመቃላችሁ ያለው የጌታ ቃል ትዝ አለኝ አለ(ሥራ 11፥16)

7)አይሁድ ብንሆን የግሪክ ሰዎችም ብንሆን ባሪያዎችም ብንሆን ጨዋዎችም ብንሆን፤እኛ ሁላችን በአንዱ መንፈስ አንድ አካል እንድንሆን ተጠምቀናል(1ቆሮ 12፥13)

በልሳን መናገር፤

እንደ እግዚአብሔር ቃል በልሳን ስለመናገር

1)በዚያን ጊዜ አህዛብ ሁሉ አንድ ሆነው እግዚአብሔርን ያገለግሉ ዘንድ ስሙንም እንዲጠሩ ንጹሕ ልሳን እመልስላቸዋለሁ፣(ሶፎን 3፥9)

2)ኢየሱስም ያመኑት እነዚህ ምልክቶች ይከተሏቸዋል፣በአዲስ ቋንቋ ይናገራሉ፣(ማርቆስ 16፥17)

3)ልሳን ሰዎች በሚሰሙት ቋንቋ በመንፈስ ቅዱስ ተሞልተው በመነዳት ሊናገሩት ይቻላሉ፤(ሥራ 2፥6)

4)ልሳን ስጦታው የተሰጣቸው ሰዎች በመንፈስ ቅዱስ ቁጥጥር ሥር በመሆን ለእግዚአብሔር ይናገራሉ(1ቆሮ 14፥2 ና 28)

5)ልሳን በመንፈስ ቅዱስ በሰጣቸው ተነግሮ መንፈስ ቅዱስ የመተርጎም ስጦታ በሰጣቸው ሰዎች በሚሰሙት ሊተረጎም ይቻላል፤(1ቆሮ 12፥10፣1ቆር 14፥27)

6)በልሳን የሚናገር ለእግዚአብሔር ምስጢርን ይናገራል(1ቆሮ 14፥2)

7)በልሳን የሚጸልይ ራሱን ያንጻል፣ይገነባል፣(1ቆሮ 14፥4)

8)በልሳን ስንጸልይ አእምሮአችን ያለፍሬ ነው ይላል(1ቆሮ14፥14)

9)በልሳን መናገር እረፍትን ይሰጣል፤(ኢሳያስ 28፥11_12)

10)ከሁላችሁ ይልቅ በልሳኖች እናገራለሁ፣ስለዚህ እግዚአብሔርን አመሰግ ናለሁ(1ቆሮ 14፡18)

<u>በመንፈስ ቅዱስ ተሞልቶ በልሳን መናገር፤</u>

1)ኢየሱስን ያመኑት እነዚህ ምልክቶች ይከተሏቸዋል፣በስሜ አጋንንት ያወጣሉ፣በአዲስ ቋንቋም ይናገራሉ፤(ማርቆ 16፡17)

2)በሁሉም መንፈስ ቅዱስ ሞላባቸው፣መንፈስም ይናገሩ ዘንድ እንደሰጣቸው በሌላ ልሳኖች ይናገሩ ጀመር፤(ሥራ 2፡4፣1ቆሮ 12፡11)

3)በዚያን ጊዜ እጃቸውን ጫኑባቸው መንፈስ ቅዱስንም ተቀበሉ(ሥራ 8፡ 17)

4)መንፈስ ቅዱስን ተሞልተው በልሳኖች ሲናገሩና እግዚአብሔርንም ሲያከብሩ ሰምተዋቸዋልና ተገረሙ(ሥራ 10፡46)

5)ጳውሎስም እጁን በጫነባቸው ጊዜ መንፈስ ቅዱስ ወረደባቸው፣ልሳንና ትንቢትንም ተናገሩ፣(ሥራ 19፡6)

6)በልሳን የሚናገር ለእግዚአብሔር እንጂ ለሰው አይናገርምና(1ቆሮ 14፡2)

7)ከሁላችሁ ይልቅ በልሳኖች እናገራለሁ፤እግዚአብሔርንም አመሰግናለሁ(1ቆሮ 14፡18)

8)ለእያንዳንዱ መዝሙር አለው፣ትምህርት አለው፣መግለጥ አለው፣በልሳን መናገር አለው፣መተርጎም አለው፣ሁሉም ለማነጽ ይሁን(1ቆሮ 14፡26)

ስለመንፈስ ቅዱስ ሙላት

1)ኢየሱስም መንፈስ ቅዱስ ሞልቶበት ለዮርዳኖስ ተመለሰ፤በመንፈስም ወደ ምድረ በዳ ተወሰደ(ሉቃስ 4፡1)

2)መንፈስ ይሙላባችሁ እንጂ በወይን ጠጅ አትስከሩ፤ይህም ማባከን ነውና፤(ኤፌሶ 5፡18)

3)በሁሉም መንፈስ ቅዱስ ሞላባቸው፤ይናገሩም ዘንድ እንደሰጣቸው፤በሌላ ልሳኖች ይናገሩ ጀመር(ሥራ 2፡4)

4)በዚያን ጊዜ ጴጥሮስ መንፈስ ቅዱስ ሞልቶበት፤እንዲህ አላቸው፤(ሥራ 4፡8)

5)ከጸለዩም በኋላ ተሰብስበው የነበሩበት ሥፍራ ተናወጠ፤በሁሉም መንፈስ ቅዱስ ሞላባቸው፤የእግዚአብሔርንም ቃል በግልጽ ተናገሩ(ሥራ 4፡31)

6)ደግሞም ታይዘንድና መንፈስ ቅዱስም ይሞላብህ ዘንድ ላከኝ፤(ሥራ 9፡17)

7)እስጢፋኖስም መንፈስ ቅዱስን ተሞልቶ ይወግሩት ነበር(ሥራ7፡55)

8)ደግ ሰውና መንፈስ ቅዱስና እምነት የሞላበት ነበር(ሥራ 11፡24)

9)ጳውሎስ የተባለው ሳውል ግን መንፈስ ቅዱስን ተሞልቶ ገስጸው(ሥራ 13፡9)

10)በደቀመዛሙርቱ ደስታና መንፈስ ቅዱስ ሞላባቸው፤(ሥራ 13፡52)

በመንፍስ ቅዱስ የተሞሉ ሰዎች ላይ የሚከሰቱ ምልክቶች

1)ስለጌታ ኢየሱስ ክርስቶስ እንዲመሰክሩ ኃይልና ድፍረት ይሰጣቸዋል(ሥራ 1፥8)

2)የሞላቸው መንፈስ ቅዱስ በልሳን ሲያናግራቸው ይሰማል።(ሥራ 2፥4)

3)መንፈስ ቅዱስ ስጦታውን ሲያፈስባቸው በልሳን እግዚአብሔርን ሲያከብሩ ይታያል(ሥራ 10፥46)

4)መንፈስ ቅዱስ እንደተቀበሉ ሌሎችም ያዩአቸዋል(ሥራ 2፥33)

5)መንፈስ ቅዱስ ሲሞሉ ደስታና ሰላም በውስጣቸው ይፈሳል(ሮሜ 15፥13)

6)ኢየሱስን እንደተቀበልነው መንፈስ ቅዱስንም እንቀበለዋለን።ሥራ 2፥39)

7)በመንፈስ ቅዱስ የእግዚአብሔር የእግዚአብሔር ፍቅር በልባችን ይፈሳል። (ሮሜ 5፥5)

8)የመንፈስ ቅዱስ ፍሬ በሕይወታችን መታየት ይጀምራል።(ገላትያ 5፥22)

9)መንፈስ ቅዱስ ልሳንና ትንቢት መናገርን ይሰጣቸዋል(ሥራ 19፥6)

10)የእግዚአብሔር ልጆች መሆናችንን የእግዚአብሔር መንፈስ ያርጋግጥልናል(ሮሜ 8፥16)

የመንፈስ ቅዱስ ሙላትን በማስመልከት ውይይት ሲጀመር እንደ አንድ ትልቅ ልምምድ ሆኖ የሚነሳው ርዕስ በልሳን መናገር የሚለውን ነው፡፡

ምክንያቱም በልሳን ወይም በልዩ ቋንቋ መናገርና መጸለይ ከመንፈስ ቅዱስ ሙላት ጋር የተያያዘ ነው። ይህንን ዕውነት በእግዚአብሔር ቃል መነጽርነት ስንመለከተው ይህን ይመስላል፡፡ በእግዚአብሔር ቃል ላይ እንደምናገኘው በመጀመሪያ የመንፈስ ቅዱስን ሙላት ተቀብለው በልዩ ቋንቋ የተናገሩት የጌታ ደቀ መዛሙርት ናቸው። በሐዋሪያት ሥራ 2፡4 ላይ እንደምናገኘው ዕውነት « በሁሉም መንፈስ ቅዱስ ሞላባቸው መንፈስም ይናገሩ ዘንድ እንደሰጣቸው በሌላ ልሳኖች ይናገሩ ጀመር » ተብሎ ነው የተጻፈው፡፡ በተጨማሪም በሐዋሪያት ሥራ 10:45፣ 19:6-7 ተመሳሳይ ጸጋ ተሰጥቷቸው እንደተናገሩ የእግዚአብሔር ቃል ይናገራል። የመንፈስ ቅዱስን ሙላት ከልሳን መናገር ጋር ለይተን አናየውም። ለአንዳንድ አስተማሪዎች እንደሚመስላቸው ስሜት ብቻ ሳይሆን፣ በልሳን መናገርና መጸለይ እውነተኛ የመንፈስ ቅዱስ ስጦታ ነው ስለሆነ ነው፡፡ ለዚህም ነው ሃዋሪያው ጳውሎስ በ1ኛ ቆሮንቶስ 14፡18 ላይ ‹፣ ከሁላችሁ ይልቅ በልሳን እናገራለሁ እግዚአብሔርንም አመሰግናለሁ፡፡ » ብሎ የተናገረው፡፤

ሐዋርያው በተጨማሪም በ1ኛ ቆሮንቶስ 14፡14 ላይ « በልሳን ብጸልይ መንፈሴ ይጸልያል አእምሮዬ ግን ያለ ፍሬ ነው፡፡ » ማለቱንም መዘንጋት አይኖርብንም፡፡ ይህ ማለት እንግዲህ አእምሮአችን፣ ፍቃዳችን፣ ስሜታችን በነፍስ ውስጥ እንጅ በመንፈሳችን አይደለም ማለቱ ነው፡፡ ለዚህም ነው መንፈስ ቅዱስ ተሞልተን በልሳን ስንጸልይ አእምሮአችን ያለ ፍሬ ነው ብሎ የተናገረው፡፡

የእግዚአብሔር ቃል በዕብራውያን 13፡8 ላይ « ኢየሱስ ክርስቶስ ትላንትና ዛሬም ለዘላለም ያው ነው፡፡» ይላል፡፡ ይህ ማለት እንግዲህ ዛሬም ቢሆን

ሰዎች በመንፈስ ቅዱስ በልዩ ልሳን ለመናገር የሚያግዳቸው ነገር እንደሌለ የሚያጸናልን ቃል ነው፡፡፡ ሰዎች በመንፈስ ቅዱስ ተሞልተው የሚናገሩት ልዩ ልሣን ወይም ልዩ ቋንቋ በዓለም ውስጥ ከሚገኙ ቋንቋዎች መካከል ነው። በልዩ ልሣንና ቋንቋ ስለመናገር እጅግ የተገረመውና የተደነቀው ጆን ኤል ሺሪል በመባል የሚታወቅ ዝነኛ ጋዜጠኛ ይህንን ዕውነት ለማረጋገጥ ብዙ የልሳን ቋንቋ ዎችን በመቅረጸ ድምጽ ቀድቶ ሠፊ ምርምርና ጥናት አድርጎ ነበር፡፡ በምርምሩ ማሃልም ራሱ በመንፈስ ቅዱስ ተሞልቶ በልሣን መናገር ጀመረ፡፡ ከዚያም በመነሳት «በልሣን ይናገራሉ» የሚል መጽሐፍ ጻፈ፡፡

ልሳን የሚለው ቋንቋ ለሰሚው ብቻ ሳይሆን ለተናጋሪውም ሊረዳው የማይችል ቋንቋ ነው። ስለዚህ ሃዋሪያው ሰሚውም መረዳት እንዲችል በጸሎት ወቅት ሁሉም በሚሰማው ቋንቋ እንዲጸለይ ይመክራል፡፡ 1ኛ ቆሮ 14፡13 መመልከት እንችላለን፡፡ አንዳንድ ጊዜ ተናጋሪው መተርጎም ካልቻለ የመተርጎም ጸጋ ያላቸው ከጉባዔው መሃል ተነስተው እንዲተረጉሙ ይደነግጋል፡፡ ምክንያቱም በልሣን መናገር ብቻ ሳይሆን መተርጎምም ራሱን የቻለ የጸጋ ስጦታ ነውና፡፡ (1 ቆሮ. 12:10፤ 14:2)።

የማይተረጎም ልሳን በጉባኤ መካከል በአግባቡ መጠቀም እንደሚገባ የእግዚአብሔር ቃል በግልፅ ይናገራል። ለዚህም ማሳያ 1 ቆሮ ምዕራፍ 14ን በሚገባ ማጤኑ እጅግ አስፈላጊ እንደሆነ ሊታወቅ ይገባል፡፡ እንዲሁም የልሳን ተናጋሪዎች ልናስተውልና ልንጠነቀቅ የሚገባን ነገር አለ፡፤ ይኸውም እግዚአብሔር የሰላም አምላክ እንጅ የሁከት አምላክ ስላልሆነ ፣ ልሣን ማለት ሁከት መፍጠር እንደሆነ አድርገን እንዳንወስድ ይገባል፡፡ ምክንያቱም

ሰይጣን የተፈጠረውን ሁከት እግረመንገዱን የራሱን ዕቅድ መፈጸሚያ አድርጎ እንዳይጠቀምበት መጠንቀቅ ስለሚገባ ነው፡፤ (1 ቆሮ 14:33 ፣ ያዕቆብ 3:15-16)። ባለፉት ዘመናትም ሆነ በአሁኑ ዘመን፣ በመንፈስ ቅዱስ ፀጋ ስጦታዎችና በልሳን ልምምድ የተነሳ ቤተ ክርስቲያን አያሌ መመሳቀሎችና ግራ የሚያጋቡ ሁኔታዎች በመሪዎችም መካከል እንደተፈጠረ የሚካድ አይደለም፡፡ ሆኖም የተፈጠሩት ችግሮች ሁሉ የግለሰቦች አጠቃቀምና አተረጓጎም ችግር እንጂ ከቶም ቢሆን የእግዚአብሔር ቃልና የመንፈስ ቅዱስ ችግር እንዳልሆነ ከወዲሁ ልናውቅና ልንረዳ ይገባል፡ ፡

የመንፈስ ቅዱስ ሙላት ለማግኘት ምን ማድረግ አለብኝ ?

ደኅንነት የእግዚአብሔር ነጻ የሆነ የጸጋ ስጦታ እንደሆነ ሁሉ የመንፈስ ቅዱስ ሙላትም በእምነት የምንቀበለው የእግዚአብሔር አምላካችን በነጻ የሚሰጠን የፀጋ ስጦታ ነው። በድካማችንና በጥረታችን የምናገኘው አይደለም፡፡ ስጦታውን በመጠማት አምነን የምንቀበለው የእግዚአብሔር አምላክ ልግስና ነው፡፡ ስለ መንፈስ ቅዱስ ሙላትና ስለ ፀጋ ስጦታዎች ጌታችን ኢየሱስ ክርስቶስና ሐዋሪያት በእግዚአብሔር ቃል ላይ የተናገሩት እውነት አለ፡፡ በተጨማሪም እነዚህ ተስፋዎችና ዕውነቶች ሙላቱንና መንፈስ ቅዱስ እኛን ሞልቶ ማናገሩን ያስገነዝቡናል፡፡

_ (ሀ) መጠማት (ዮሐንስ 7:37-39) ፤

_ (ለ) መጠጣት (ዮሐንስ 4:14) ፤

_ (ሐ) መለመን (ሉቃስ 11:13) ፤

_ (መ) መታዘዝ (የሐዋሪያት ሥራ 5:30) ።

የመንፈስ ቅዱስ ሙላትን እንዴት መቀበል ይቻላል?

የመንፈስ ቅዱስ ሙላት ለመቀበል በምስጋናና በፀሎት መጠበቅና መፈለግ እንጅ ሰዎችን አስመስሎ መናገር ማለት አይደለም:: አንዳንድ ሰዎች እኔ የምለውን በሉ እያሉ በልሣን መናገርን ለማለማመድ ይሞክራሉ:: ይህ ፈጽሞ ስህተት ነው:: ከእንደዚህ አይነት ልምምድም ሆነ ትምህርት ራሳችንን መጠበቅ ይኖርብናል: : ምክንያቱም የመንፈስ ቅዱስ ሙላትና በልሳን የመናገር ስጦታ ሥልጣን ራሱ መንፈስ ቅዱስ እንጂ ማንም ሰብዐዊ ፍጡር እየሰፈረ የሚሰጠው አይደለም:: ለዚህም ነው በሐዋሪያት ሥራ 2፡4 ላይ « መንፈስ ቅዱስም ሞላባቸው በልዩ ቋንቋም ተናገሩ :: ይላል። እንዲህ ልናስተውል የሚገባን ‹፣ መንፈስ ቅዱስ እንደሰጣቸው፣» የሚለውን ልናሰምርበት ይገባል። እንዲሁም 1 ቆሮ. 12:11 ይህን ሁሉ ግን ያ አንዱ መንፈስ እንደሚፈቅድ ለእያንዳንዱ ለብቻው እያካፈለ ያደርጋል። » ስለሚል የፀጋ ስጦታዎች ያው መንፈስ ቅዱስ እንደሚሰጥ ልናስተውል ያስፈልጋል።

የመንፈስ ቅዱስ ሙላት ምልክቱ ምንድነው?

በመፅሐፍ ቅዱሳችን ላይ በግልፅ ተመዝግቦ እንደምናገኘው መንፈስ ቅዱስ የተሞሉት ወዲያውኑ በልሳን ወይም በአዲስ ቋንቋ ሲናገሩ ይስተዋላል:: ጌታችን ኢየሱስ ክርስቶስም በበኩሉ በማር 16፡17

ላይ « ያመኑትም በአዲስ ቋንቋ ይናገራሉ፡፡ ብሏል፡፡ እንዲሁም በሐዋሪያት ሥራ 2:1-4፣ ምዕ. 10:45፣ ምዕ. 19:6-7 እንዲሁም በቆሮንቶስ መልዕክቶች ላይ የተገለፀውን ማንበብ በቂ መረጃ ነው። ሆኖም እንደ እግዚአብሔር ቃል ሁሉም ሰው በልሳን ይናገራል ወይንም ሁሉም ይተረጉማል ማለት እንዳልሆነ መታወቅ አለበት፡፡ በ1ኛ ቆሮንቶስ 12፡30 ላይ « ሁሉስ የመፈወስ ስጦታ አላቸውን? ሁሉስ በልሳን ይናገራሉን? ሁሉስ ይተረጉማሉን? » ተብሎ የተጻፈው ይህንን ዕውነት ሲያረጋግጥልን ነው፡፡ ስለዚህ የእግዚአብሔር ቃል ስለሆነ ልንለውጠው የምንችለው ነገር አይደለም፡፡ ለምን እንዳደረገውም ያው ባለቤቱ እግዚአብሔር ብቻ ነው የሚያውቀው፡፡ ምሥጢሩን ለእግዚአብሔር የተገለጸው ደግሞ ለእኛና ለልጆቻችን ነው ይላልና፡፡ ዘዳግም 29፡9

እንዴት በመንፈስ ቅዱስ መሞላት እችላለሁ?

መንፈስ ቅዱስ መሞላትን በተመለከተ እርሱ ራሱ እንደ ወደደና እንደፈቀደ ይሰጣል ይላል እንጂ እንዲህ ነው የሚደረገው ተብሎ የሚገለጽ ቀመር የለውም፡፡ ስለዚህ ከዚህ ዕውነታ ውጭ የሚደረገው ነገር የእግዚአብሔር ሃሳብና አሰራር ሳይሆን የሰው አካሄድ ስለሆነ ስህተት ነውና በዚህ እንዳንጠመድ ልንጠነቀቅ ይገባል፡፡ የሚገርመው ነገር እንዴት መንፈስ ቅዱስ እንደምንሞላና በልሣንም እንዴት መናገር እንደምንችል መመሪያ የሚመስሉ

የተዘጋጁ መጽሐፍትና መጽሔቶች አሉ፡፡ እነዚህ መጻህፍት ወይም መጽሔቶች የራሳቸውን ልምምድ ከማስተላለፍ ውጭ የእግዚአብሔርን ቃል መሠረት ያላደረጉ ስለሆኑ ወደ ስህተት ለመምራት የተጋለጡ ናቸው፡፡ ስለዚህ የሰዎች የግል ልምምዳቸው ለግላቸው እንጅ ለሌሎች ስለማይሆን እነርሱን እንደ መመሪያ መከተል ሊያሳስተን ስለሚችል እጅግ አድርገን መጠንቀቅ አለብን። ብዙዎች ወደ ስሕተት ትምህርትና አጋንንታዊ ልምምድ የሚገቡትና የሚጠፉት በዚህ ምክንያት እንደሆነ ልብ ልንል ይገባል፡፡ እኛ ልናደርግ የሚገባን መንፈስ ቅዱስን መለመንና የእግዚአብሔር ቃል የሚለንን ማመንና መታዘዝ ብቻ ነው፡፡ የዚህ መጽሐፍ ዋንኛው ዓላማውም ሰዎችን ከዚህ አይነት ስህተት እንዲጠበቁና ማወቅ የሚገባቸውን ማሳወቅ ነው፡፡

በልሳን የማይናገሩ መንፈስ ቅዱስ አልተሞሉምን?

በመሠረቱ ይህ አስፈላጊና አወዛጋቢ ጥያቄና አባባል እንደ እግዚአብሔር ቃል ምላሽ ሊያገኝ ይገባል። ሰዎች እንዲህ አይነት አመለካከት ሊኖራቸው የሚችለው ሰጪውን ቅዱሱን የእግዚአብሔር መንፈስ ከስጦታው ባሻገር አምላክነቱንና መለኮትነቱን ለይተው ባለማወቃቸውና ባለማስተዋላቸው ነው። እግዚአብሔር መንፈስ ቅዱስ አንድ ኃጢያቱን ተናዞ በኢየሱስ ክርስቶስ ደም የታጠበ አማኝ መንፈስ ቅዱስ ማደሪያው

መቅደሱ እንደሚያደርገውና እንደሚያትመው ማወቅ ትልቅ ነገር ነው፡፡ መጽሐፍ ቅዱስ የወንጌልን ምሥራች ሰምተን በእምነት በመቀበል ስንድን በመንፈስ ቅዱስ አዲስ ልደት እንደምናገኝ በሚገባ ያስረዳናል፡፡ (ዮሐ 1:12-13፣ ዮሐ 3:3፣ 1 ጴጥ 1:23 ፣ ቲቶ 3:5፣ 2 ቆሮ 5:17) መመልከት እንችላለን፡፡ ከላይ የተቀመጡት የመጽሐፍ ቅዱስ ክፍሎች በመንፈስ ቅዱስ አዲስ ፍጥረት ማግኘታችንና የመንፈስ ቅዱስ ማደሪያም መሆናችንን የሚያረጋግጡልን ናቸው። ብዙ ሰዎች መንፈስ ቅዱስ እንዲሰጠኝ ፀልይልኝ ይሉኛል፤ እኔም ሐጢያተኛ መሆናችሁን አውቃችሁ፣ በንስሐ በደሙ ከታጠባችሁ ጌታችን ኢየሱስ መንፈስ ቅዱስ በእናንተ ውስጥ ማደሪያ አድርጓል። አዲስ ልደት የሚሰጥ እርሱ ነው፤ ስጦታውን እንዲሰጣችሁና በኃይሉ እንዲሞላችሁ እፀልይላችኋለሁ እንጂ እኔ ማዘዝ የምችል አይደለሁም ብዬ እመልለስላቸዋለሁ፡፡ ብዙ ወገኖች ለብዙ ዘመን በፆምና በፀሎት እየጣሩ ያልተቀበሉትን የፀጋ ስጦታና በልሳን መናገርን ግን በአስደናቂ ሁኔታ እግዚአብሔር ጥማታቸውን አይቶ በልግስናው ሲጎበኛቸውና ሲቀበሉ በአገልግሎቴ ዘመን አይቻለሁ። ልሳን ተቀብለው በትንቢት የተናገሩም ትንቢቱም ሲፈጸም አይቻለሁ። አሁንም እንድናተኩር የሚያስፈልገው በእኛ ልምምድ ላይ ሳይሆን ስጦታውን በሚሰጠው መንፈስ ቅዱስን በውስጣችን እንዳለ እውቅና እንድንሰጠውና መሻታችንን ለርሱ በትህትና በመግለጽ በፀሎትና በምስጋናም በእምነት እንድንጠይቀው ነው፡፡ የስጦታው

ባለቤት እንደሚያስፈልገን ስለሚያውቅ በርሱ ልግስና የፀጋ ስጦታዉንም ይሰጠናል።

እኛ በክርስቶስ ኢየሱስ አምነን ደህንነትን ያገኘነው የመንፈስ ቅዱስ ማደሪያ እንደሆንንና ከእግዚአብሔር ቃልም በቂ ማረጋገጫ እንዳለን ማወቅ ተገቢ ነው:: ስለሆነም ከእነዚህ ማጣቀሻዎች መካከል ጥቂቶቹን መመልከት ያስፈልጋል:: በዮሐንስ ወንጌል 14፡ 15-17 ባለው ክፍል ውስጥ « ኢየሱስም እኔም አብን እለምናለሁ ለዘላለምም ከእናንተ ጋር እንዲኖር ሌላ አጽናኝ ይሰጣችኋል፤ እርሱም ዓለም የማያየውና የማያውቀው ስለ ሆነ ሊቀበለው የማይቻለው የእውነት መንፈስ ነው፤ ነገር ግን ከእናንተ ዘንድ ስለሚኖር በውሥጣችሁም ስለሚሆን እናንተ ታውቃላችሁ » ተብሎ ተጽፎአል:: እኔ አጽንዖት መስጠት የፈለግኩት « ለዘላለም ከእናንተ ጋር በውስጣችሁ ስለሚኖር፣ » የሚለውን ነው:: ይህም መንፈስ ቅዱስ በውስጣችን እንደሚኖር በሚገባ ስለሚያስገነዝበንና ስለሚያረጋግጥልን ነው:: ስለዚህ ዛሬም አምናችሁ ኢየሱስን በንስሐና በእምነት ብትቀበሉት መንፈስ ቅዱስ አዲስ ፍጥረት በማድረግ በእናንተ መኖሪያውን ያደርጋል።

በሮሜ 8፡9 ላይ ፡- «እናንተ ግን የእግዚአብሔር መንፈስ በእናንተ ዘንድ ቢኖር፥ በመንፈስ እንጂ በሥጋ አይደላችሁም። የክርስቶስ መንፈስ የሌለው ከሆነ ግን ይኸው የእርሱ ወገን አይደለም::» ተብሎ ተጽፎአል:: ይህም ጥቅስ የሚያስረዳን ጌታችን ኢየሱስ ክርስቶስን በእምነት መቀበል መስቀል ላይ በፈሰሰው ደም ከኃጢያት መንፃት ቀዳሚ መሆኑን ነው። በተጨማሪም እንዲህ ይለናል፡- ኢየሱስን ከሙታን ያስነሣው የእርሱ መንፈስ በእናንተ ዘንድ ቢኖር፥ ክርስቶስ ኢየሱስን ከሙታን ያስነሣው እርሱ በእናንተ

በሚኖረው በመንፈሱ፥ ለሚሞተው ሰውነታችሁ ደግሞ ሕይወትን ይሰጠዋል ። (ሮሜ 8:11) ይለናል። እግዚአብሔር አምላክ ሰው በሰራው ሕንፃ ውስጥ ሳይሆን የአዲስ ኪዳን መቅደሱ በምንሆነው በእኛ በአማኞች ህይወት ውስጥ እንደሚኖር መገንዘብ ትልቅ ዕውቀት ነው። በተደጋጋሚ መንፈስ ቅዱስን የሚመለከቱ ሃሳቦችን መግለጼ አጽንዖት ለመስጠት እንደሆነ ግንዛቤ ይወሰድልኝ።

የመንፈስ ቅዱስ ሙላት ለምን ይጠቅማል?

መንፈስ ቅዱስ ያለምንም ተልዕኮ በውስጣችን የሚኖር ሃይል አይደለም። መንፈስ ቅዱስ በተልዕኮ ነው ውስጣችን በመኖር አብሮን የሚያገለግለው። ስለዚህ በ1ኛ ቆሮንቶስ 14፡ 1-3 ባለው ክፍል ውስጥ የመንፈስ ቅዱስ ሙላቱንና ኃይሉን ስጦታውን በብርቱ እንድንፈልግ የእግዚአብሔር ቃል በግልፅ ያስረዳናል። የመንፈስ ቅዱስ ኃይል ለግል ክርስትና ሕይወታችንና ለአገልግሎታችን በጣም ያስፈልገናል። ያለ እርሱ ድጋፍና ጉብኝት እኛ በራሳችን ብቻ አይሳካልንም ። ለምን ቢባል ደካሞች ስለሆንን ነው። የመንፈስ ቅዱስ ኃይልና ሙላት ለአማኞች፡-

- ✓ ኃይልን ይሰጠናል (ሉቃስ 24:49፣ የሐዋሪያት ሥራ 1:8)።
- ✓ እንድንመሰክር ድፍረትን ይሰጠናል (ዮሐንስ 15:26-27፣ የሐዋሪያት ሥራ 4:31)።
- ✓ ለሰዎች ሁሉ ፍቅርን ይሰጣል (ሮሜ 5:5)።
- ✓ ለአማኞች የክርስትና ሕይወት የፀሎትን ኃይልና ጥማት ይሰጣል (ሮሜ 8:26-27፣ ኤፌ 6:17-18)።
- ✓ ዓለማዊ ምኞትንና ኃጢያተኝነትን ለመካድ ኃይልን ይሰጣል (ቲቶ 2:11-13)።
- ✓ እግዚአብሔርንና ቃሉን እንድንወድ ያደርጋል፡፡ (ማቴ 22:37-40፣ ዮሐንስ 14:21)።

የመንፈስ ቅዱስ ኃይል ምን ያህል ድፍረትና ኃይል እንደሚሰጥ ለመገንዘብ በሐዋሪያት ሥራ በመጀመሪያው ምዕራፍ ላይ እንደተተረከው ፣ ቤት ዘግተው የነበሩትን ደቀ መዛሙርት በአደባባይ አቁሞ በድፍረት የትንሣኤውን ምስክሮች እንዳደረጋቸው ማወቅ በቂ ነው፡፡ የመንፈስ ቅዱስ ጥቅሙ ይህንና ይህን የመሳሰሉት ብቻ ሳይሆን አያሌ መሆኑን መረዳት ይኖርብናል፡፡ ለዚህም ነው ሃዋሪያው ዮሐንስ በወንጌሉ ውስጥ የጌታ የኢየሱስንና የመንፈስ ቅዱስን ሥራ ለመግለጽ እጽዋት ብዕር ሰማይና ምድር ደግሞ ብራና ባህርም ቀለም ቢሆን እንደማይበቃ በመንገር የዘጋው፡፡ ዮሐንስ ይህም የመፅሐፍ ቅዱስ እውነት ስታነቡ እናንተም በመንፈስ ቅዱስ ኃይል መሞላት እችላለሁ ወይ? የሚል ጥያቄ ቢኖራችሁ መጀመሪያ ሰጪ መንፈስ ቅዱስ በእናንተ ውስጥ እንዳለ እውቅና በመስጠት በምሥጋና

በተሞላ ህይወት ጠይቁት፡፡ ኃይሉን እንዲሞላባችሁና በልሳንና በአዲስ ቋንቋም እንዲያናግራችሁ ለምኑት። በእግዚአብሔር ቃል ላይ መንፈሱን ለሚለምኑት እንዴት አብልጦ አይሰጣችሁም ? የሚለው ቃል የታመነ ነውና፡፡ አገልጋዮችም ብንሆን ሳንታክትና ሳንሰለች በፍቅርና በደስታ በመከራም ሁሉ እንድናገለግለው የሚያደርገን የመንፈስ ቅዱስ ሙላት እንደሆነ መረዳት ያስፈልጋል። የቤተ ክርስቲያን ታሪክ ስናነብ ወንጌልን በድንቅና በታምራት በማጀብ ቃሉን በድፍረት በመናገር ነፍሳትን ለክርስቶስ ለመማረክ እግዚአብሔር የተጠቀመባቸው አገልጋዮች ህይወታቸው በመንፈስ ቅዱስና በኃይሉ ስለተሞላ እንደሆነ የምንገነዘበው ሐቅ ነው፡፡

የመንፈስ ቅዱስ ፀጋ ስጦታዎች

የመንፈስ ቅዱስ ሙላትንና በልሳን የመናገር ስጦታን አማኞች ከተቀበሉ በኋላ ወዲያውኑ መጠየቅ የሚጀምሩት የፀጋ ስጦታዎችን መፈለግና መሻት ነው፡፡ ይህም የፀጋ ስጦታ ከሰው የምንቀበለው ሳይሆን አሁንም መንፈስ ቅዱስ እንደ ወደደና እንደፈቀደ የሚያከፋፍለው ስጦታ እንደሆነ መርሳት አይገባም፡፡

በመሠረቱ የፀጋ ስጦታዎች ለአማኞች የሚሰጡበት ዋና አላማ መረዳት እንዲኖረን ያስፈልጋል፡፡ ይኸውም የፀጋ ስጦታዎች አካሉ ለሆነችው ለቤተ ክርስቲያን ጥቅምና መታነጽ የሚሰጥ እንጂ ለግል ዝና፣ ራስን ለማክበርና ለንግድ እንዳልሆነ በሚገባ ካልተገነዘብን ራሳችንን ለስህተትና እናጋልጣለን፡፡ እግዚአብሔር እንዲጠቀምባቸውና የፀጋ ስጦታን የሚፈልጉት ሁሉ

እግዚአብሔር መንፈስ ቅዱስን ማድመጥና እርሱ የሚናገራቸውንና እርሱ የሚገልጥላቸውን ተግባራዊ በማድረግ ለመታዘዝ መወሰን ይኖርባቸዋል። በታሪክ እንደምንረዳው በጸጋ ስጦታዎች ሰበብ ብዙ ስሕተቶች በግለሰቦችም ሆነ በቤተ ክርስቲያን በመፈጸሙ ከዚህም የተነሳ ብዙ ችግርና አደጋ ደርሷል። ከዚህ አደጋና ችግር ራስን ለመጠበቅ ይህንን በማስመልከት ጌታችን ኢየሱስ ክርስቶስ የሰጠውን ከባድ ማስጠንቀቂያ ማሰብ ይግድ ይሆናል፡፡ « በሰማያት ያለው የአባቴን ፍቃድ የሚያደርግ እንጅ ጌታ ሆይ ጌታ ሆይ የሚለኝ ሁሉ መንግሥተ ሰማያት የሚገባ አይደለም። በእነዚያን ቀን ብዙዎች ጌታ ሆይ፥ ጌታ ሆይ፥ በስምህ ትንቢት አልተናገርንምን፥ በስምህስ አጋንንትን አላወጣንምን፥ በስምህስ ብዙ ተአምራትን አላደረግንምን? ይሉኛል። የዚያን ጊዜም። ከቶ አላወቅኋችሁም፤ እናንተ ዓመፀኞች፥ ከእኔ ራቁ ብዬ እመሰክርባቸዋለሁ፡፡» (ማቴ.7:21-23) ብሎ ማስጠንቀቂያ ሰጥቶናልና፡፡ ይህን መመሪያ በአገልግሎታችንና በህይወታችን ልንጠብቀውና ልናከብረው ይገባል፡፡ ስለዚህ አገልግሎታችንን በእውቀትና እግዚአብሔር መንፈስ ቅዱስን በማክበርና ኢየሱስ ክርስቶስን ከፍ በማድረግ ልናሳድገውና ልናከብረው ይገባል ማለት ነው፡፡ በጣም የሚያሳዝነው ነገር ዘመናችን ጌታ ነገ አላውቃችሁም የሚላቸውን አይነት አገልግሎትና ድፍረት ውስጥ የገቡ አገልጋዮች የተነሱበት አስቸጋሪ ዘመን እንደሆነ የሚካድ አይደለም፡፡ ሆኖም በሩ ስላልተዘጋ ከመንገዳቸው ተመልሰው ራሳቸውን በንስሃ ማደስና ወደ ትክክለኛው አቅጣጫ ለመምጣት ዛሬም እንዳልረፈደባቸው ቢያውቁ መልካም እንደሆነ መግለጽ እፈልጋለሁ፡፡

‹ብሮሜ 11፡ 29 ላይ «እግዚአብሔር በጸጋው ስጦታና በመጥራቱ አይጸጸትምና።›› ስለሚል ሌላው ልንገነዘበው የሚገባው ነገር ስጦታዎች ከእግዚአብሔር ጋር ያለንን ግንኙነትና የቅድስናችን መለኪያ አለመሆናቸው ነው። አማኙ በጥረቱና በድካሙ ያገኛቸው ባለመሆናቸው በሕይወቱ የመንፈስ ፍሬን እንዳለ ማየቱ በጣም ጠቃሚ እንደሆነ ላሳስብና ላስገነዝብ እወዳለሁ።

የጸጋ ስጦታዎችን እንደ እግዚአብሔር ቃል ስንጠቀም ለቤተ ክርስቲያንና ለአካሉ መታነጽ ይሆናል። ለእግዚአብሔር ሕዝብ መጽናናትና ማደግ የሚሰጡት የጸጋ ስጦታዎችና የቃሉ እውነት እንደሆነ መረዳት ይኖርብናል። በዚሁ መንፈስ ስለ ጸጋ ስጦታዎች ሁለት አደገኛ አመለካከቶች ስላሉ ለይተን በማወቅ ልንጠነቀቅ ይገባል። አንደኛው ጸጋን እንደ እግዚአብሔር ቃል አለመጠቀም ሲሆን ፣ ሁለተኛው ደግሞ የጸጋ ስጦታዎችን ማጥፋትና መቃወም ነው፡፡ ይህ ሁኔታ የብዙዎችን ጥማትና መሻት የሚቀንስና ዝቅ የሚያደርግ ነው፡፡ ስለዚህ ምንም ግዜ ቢሆን በ1ኛ ተሰ 5:19-22 ላይ « የእግዚአብሔር ቃል መንፈስን አታጥፉ፤ ትንቢትን አትናቁ፤ ሁሉን ፈትኑ መልካሙንም ያዙ፤ ከማናቸውም ዓይነት ክፉ ነገር ራቁ፡፡» ተብሎ እንደተጠቀሰው ራሳችንን እንደቃሉ በማድረግ ልንጠነቀቅ ይገባል፡፡

እንግዲህ ወደተነሳንበት ዋና ሐሳብ እንምጣና የመንፈስ ቅዱስ ስጦታዎች እነማናቸው ስንል ዝርዝራቸው ብዙ ቢሆኑም ለትምህርታችን ያህል 1ኛ ቆሮ 12 ላይ የተዘረዘሩትን እንደ ቅደም ተከተላቸው ለማየት እንድንችል በሦስት ዋና ዋና ክፍሎች እናያለን።

1ኛ፣ የመናገር ስጦታዎች

(ሀ) ትንቢት ስጦታ

(ለ) ልሳን ስጦታ

(ሐ) መተርጎም ስጦታ

2ኛ፣ የመገለጥ ስጦታዎች

(ሀ) እውቀትን መናገር ስጦታ

(ለ) ጥበብን መናገር ስጦታ

(ሐ) መናፍስትን መለየት ስጦታ

3ኛ፣ የኃይል ስጦታዎች

(ሀ) የመንፈስ ስጦታ

(ለ) ተአምራትን የማድረግ ስጦታ

(ሐ) የእምነት ስጦታ

እነዚህ ስጦታዎች ሰባቱ በብሉይ ኪዳንም የተገለፁ ሲሆኑ ሁለቱ ግን በልሳን መናገርና መተርጎም በአዲስ ኪዳን የተገለጡ ናቸው። ምክንያቱም ቤተ

ክርስቲያን በክርስቶስ ደምና በትንሣኤው ሕይወት የተገኘች ስለሆነች ነው፡ ፡ አዲስ ኪዳን በሙላት የእግዚአብሔር አሳብ የተገለፀበት ክፍል ነው። ይህም የሆነው እግዚአብሔር ከፊተኛው ቤት ይልቅ የኋለኛው ቤት ክብር ይበልጣል ብሎ በነቢያት የተናገረውን ስለፈጸመ ነው፡፡ ከእነዚህም በብሉይ ኪዳን ከተጠቀመባቸው ነቢያት መካከል ሙሴን፣ ኢያሱን፣ ኤልያስን፣ ኢሳይያስንና ኤልሳዕን መጥቀስ ይቻላል፡፡ እንዲሁም ሌሎችም ያልተጠቀሱ ሁሉም ተልኮአቸውን እስኪፈፅሙ ሰርተውባቸዋል። ነገር ግን ለሁሉም የተሰጡ አልነበሩም። ይህም የእግዚአብሔር ሰውን ሁሉ የማዳን አላማው በሰማይና በምድር ያለው አሳቡን በክርስቶስ ለመጠቅለል ስለነበር ነው። በዘፍጥረት ምእራፍ 6:3 “እግዚአብሔርም መንፈሴ በሰው ላይ ለዘላለም አይኖርም፥ እርሱ ሥጋ ነውና፤ ዘመኖቹም መቶ ሀያ ዓመት ይሆናሉ አለ”። ተብሎ የተጻፈውም ለዚህ ነው፡፡ እግዚአብሔር አምላክ መንፈሱን በነቢያት በካህናትና በነገሥታት ብቻ ሲገልጽ የነበረው፡፡ በአዲስ ኪዳን ዘመን ግን ሥጋ በለበሰ ሁሉ ከመንፈሴ አፈሳለሁ በማለት በሰጠው በከበረው በተስፋ ቃሉ መሠረት የትንቢቱ ቃል በአመኑት ሁሉ ተፈጸመ፡፡ ይህንንም በበዓለ አምሳ ቀን በመንፈስ ቅዱስ በመሙላትና በአዲስ ቋንቋ በልሳን በማናገር ጸጋውን በመስጠት አረጋግጧል።

እኛ አሁን ያለንበት ዘመን ከክርስቶስ ልደት ጀምሮ የመጨረሻው ዘመን እንደሆነ መጽሐፍ ቅዱሳችን ይነግረናል፡፤ በእግዚአብሔር ቃል ላይ የሰፈሩት ትንቢቶች በመፈጸም ላይ እንዳሉ የምንክደው ነገር አይደለም፡፡ በተስፋና በጉጉት ልንቀበለው የሚገባን ዕውነት ነው፡፡ እንዲሁም ዘመኑ ቀርቧልና የሚያነበው የትንቢቱን ቃል የሚሰሙትና በውስጡም የተጻፈውን

የሚጠብቁ ብፁዓን ናቸው (ራእይ 1:3) ። ተብሎ የተጻፈውም ለዚህ ነው፡፡ ስለዚህ የጸጋ ስጦታዎችን ስንመለከት በመንፈስ ቅዱስና በትንቢቱ ቃልም ተፈትነው ማለፍና ለክርስቶስ አካል ጥቅምና መታነፅ መዋል እንዳለበት ማወቅና መረዳት ይጠቅመናል።

የመገለጥ ስጦታዎች

(ሀ) ጥበብን መናገር በመንፈስ ይሰጠዋል (1ኛ ቆሮ. 12:8)

ጥበብን ስለ መናገር ስጦታ ከማውሳታችን በፊት በቆላ. 2:3 ላይ “የተሰወረ የጥበብና የእውቀት መዝገብ ሁሉ በእርሱ ነውና” ተብሎ በተጻፈው መሠረት የጥበበኛች ሁሉ እራስ የሆነውን ጌታችንን ኢየሱስ ክርስቶስን በእምነት ተቀብሎ እርሱን ማወቅ እንደሚቀድምና እሱንም ማወቅ ጥበብ እንደሆነ መገንዘብ ዋና ነገር ነው፡፡ የእግዚአብሔር ጥበብ እንደ ቃሉ « የመስቀሉ ቃል ለሚጠፉት ሞኝነት ለእኛ ለምንድነው ግን የእግዚአብሔር ኃይል ነውና። የጥበበኞችን ጥበብ አጠፋለሁ፤ የአስተዋዮችን ማስተዋል እጥላለሁ ተብሎ ተጽፏልና። ጥበበኛ የት አለ? ጸሐፊስ የት አለ? እግዚአብሔር የዚህቺን ዓለም ጥበብ ሞኝነት እንዲሆን አላደረግምን? በእግዚአብሔር ጥበብ ምክንያት ዓለም በጥበቧ ስላላወቀች በስብከት ሞኝነት የሚያምኑትን ሊያድን የእግዚአብሔር በጎ ፍቃድ ሆኗልና » በሚለው ዕውነት ላይ የተመሰረተ ነው፡፡ (ቆሮ. 1:18-20፣ ኢሳ. 44:24-26)። ይህን ሁሉ መዘርዘር አስፈላጊነቱ ስለ ጥበብ ስጦታ ከመወሳቱ በፊት የጥበብ

ባለቤቱን ማወቅ መቅደም እንዳለበት አጽንዖት ለመስጠጥ ነው፡፡ በተጨማሪም በእግዚአብሔር ቃል በምሣሌ 9፡10 ላይ « የጥበብ መጀመሪያ እግዚአብሔርን መፍራት ነው፤ ቅዱሱንም ማወቅ ማስተዋል ነው » ተብሎ የጠጻፈው ይህንን ዕውነት ለማስረገጥ ነውው፡ በተጨማሪም የሚከተሉትን ጥቅሶች ከእግዚአብሔር ቃል መመልከት እንችላን፡፡ (ኢዮብ 28:28፣ ምሳሌ 19:23፣ ምሳሌ 1:7፣ መዝ 11:10።) ጥበብን መግለጽ ስጦታ የተሰጠው ሰው የእግዚአብሔር መንፈስ የጥበብና የማስተዋል መንፈስ፣ የምክርና የኃይል መንፈስ፣ የእውቀትና እግዚአብሔርን የመፍራት መንፈስ፣ ያርፍበታል፡፡ ለዚህም ነው በኢሣያስ 11፡2-3 ላይ « እግዚአብሔርን በመፍራት ደስታውን ያያል። ዓይኑም እንደምታይ አይፈርድም፣ ጆሮውም እንደሚሰማ አይበይንም ፡፡» ተብሎ የተጻፈውም ለዚህ ነው፡፡ ይህ ስለ ጌታ ኢየሱስ የተነገረ እውነት ነው፡፡ ጌታ ኢየሱስን አምነው በተቀበሉትና ኃጢያታቸው በመስቀል ላይ በፈሰሰው ደሙ ነጽተው በኪዳኑ ለገቡት ልጆቹ ሁሉ የኢየሱስና የመንፈስ ቅዱስ ማደሪያዎች ስለሆኑ ይህንን የጥበብ መንፈስ በመንፈስ ቅዱስ በኩል ይሰጣቸዋል፡፡ የእግዚአብሔር ቃል በያዕቆብ 1፡5 ላይ “ከእናንተ ግን ማንም ጥበብ ቢጎድለው፥ ሳይነቅፍ በልግስና ለሁሉ የሚሰጠውን እግዚአብሔርን ይለምን፥ ለእርሱም ይሰጠዋል” በማለት የሚገልጸውም ይህንኑ ዕውነት በማጠናከር ነው፡፡ ማስተዋል የሚኖርብን ዋናው ነገር ለሁሉም የሚሰጥ ቢሆንም አስቀድሞ ግን መቀበል የሚፈልግ ሁሉ መስጠት ሥልጣን ካለው ከእግዚአብሔር ዘንድ መለመን ይኖርበታል ማለት ነው፡፡ ፣ በ1ኛ

ነገሥት ላይ ንጉሡ ሰለሞን ጥበብን በመለመኑ እግዚአብሔር አምላክም መሻቱን አይቶ ከጠበቀውና ከለመነው በላይ ጥበብን እንደሰጠው እናነባለን፡፡ በአሜሪካን አገር ታዋቂ የሆነው የኮንግረስ መጻሕፍት ቤት ውስጥ ከሚገኘው መጽሐፍ ውስጥ በምድር ላይ ጥበብን እንደ ሰለሞን የተቀበለ እንደሌለ ተጽፎለታል። ይህን ጥበብ ዓለም ሁሉ ሊደነቅበት የቻለው ለምኖ ከእግዚአብሔር ስለተቀበለው እንጅ በትምህርትና በልምድ ስላገኘው አልነበረም፡፡ መማር መልካም ነው፣ የእግዚአብሔርን ጥበብና እውቀት የምንቀበለው ተምረን ሳይሆን የጥበብ ባለጸጋ የሆነውን አምላካችንን እግዚአብሔርን በመለመን ነው፡፡ ቀመሩ ይኸው ነውው፡ ሌላ መንገድ አይኖርም፡፡ በመለመን፣ በጸጋውና በቸርነቱ የሚሰጠን አምላካችን መንፈስ ቅዱስ ነው።

(ለ) እውቀትና ጥበብ ስጦታዎች (1ኛ ቆሮ. 12:8)

እውቀትና ጥበብ መናገር ስጦታዎችን አስመልክቶ በእግዚአብሔር ቃል ላይ ብዙ ቦታ ተጠቅሶ እናገኛለን፡፡ የእውቀትና መገለጥ ስጦታዎች ስለ አለፈው ስለ አሁኑና ስለ ወደፊቱም የሚሆነውን በእውቀት ስጦታ መግለጽ ማቻል ሲሆን ይህንን የተገለጠውን መገለጥ መልዕክቱ ሊደርሳቸው ስለሚገባቸው ወገኖች በጥበብ መናገር ማለት ነው፡፡ ይህም በትምህርትና በሥልጠና የሚገኝ ወይም በሰው አእምሮ መጣበብ የሚደረስበት ሳይሆን በዚያ ወቅት በመንፈስ ቅዱስ ሃይልና ችሎታ የሚለገስ ስጦታ ነው፡፡ በዚህ

ስጦታ የተቀባ ሰው የተሰጠውን እውቀት በጥበብ በመግለጽ ያገለግላል ማለት ነው፡፡ በ2ኛ ሳሙኤል 12:1-3 ላይ እንደምናገኘው አስገራሚ ታሪክ ነቢዩ ናታን ለዳዊት ስለ ኦሪዮን ሞትና ሚስት ዳዊት በስውር ስላደረገው ሃጢአትና በደል ነቢዩ መንፈስ ቅዱስ በገለጠለት ጥበብ ለንጉሡ እንዳስረዳው መመልከቱ ትልቅ ምሣሌ ሊሆነን ይችላል፡፡ ከእግዚአብሔር ያገኘውንና ለሚመለከታቸው ሰዎች እንዴትና መቼ ማስተላለፍ እንዳለብን ሚወስነው ራሱ ከመንፈስው ቅዱስ በሚሰጠን ጥበብ ነው፡፡ እንደዚሁም ይህንን ጥበብ መቼ ፣ እንዴት ፣ መጠቀም እንደምንችል የሚያመላክተን ደግሞ ሰጪው መንፈስ ቅዱስ ነው፡ ፡ ብዙ ጊዜ ጥበብን መናገር ከእውቀት መናገር ጋር አብሮ ይሰጣል። ይህም ማለት በእውቀት መናገር ስጦታ በኩል የተሰጠንን በችኮላ ከመናገር ይልቅ መቼ እና እንዴት እንደምንገልፀው የሚያሳየንን የእግዚአብሔርን ጥበብ እንድንጠብቅ ነው፡፡ በዚያን ወቅት ጥበብን መናገር ይሰጠናል። ለዚህም ነው ሃዋሪያው ጳውሎስ በኤፌሶን 1፡ 16-17 ላይ « ስለ እናንተ እያመሰገንሁ ስጸልይ ስለ እናንተ ማሳሰብን አልተውም፤ የክብር አባት የጌታችን የኢየሱስ ክርስቶስ አምላክ እርሱን በማወቅ የጥበብንና የመገለጥን መንፈስ እንዲሰጣችሁ እለምናለሁ።» በማለት ስለ ኤፌሶን ቤተ ክርስቲያን የገለጸው፡፡ እርሱን በሚገባ ስናውቅ ፣ ስጦታዎችን ለርሱ ክብር እንጠቀማለን፡፡ ከዚህም የተነሳ በትህትና አገልገሎታችንን እናካሂዳለን፡፡ ምክንያቱም ከማን እንደተቀበልን ሰጪውን አውቀናልና ከራሳችን እንዳልሆነ ስለምንገነዘብ ክብርን ለሰጪው

እናደርጋለን። በተጨማሪም ሰጪውን ከማክበራችን የተነሳ ራሳችንን ሰውረን በፍቅር ማገልገል እንችላለን ማለት ነው። በትህትና ለማገልገል ቀናው መንገድ ይህ ብቻ ነው። ሰጪውን በመዘንጋት ከስቶታዎቹ የተነሳ እራስን ከፍ ከፍ ማድረግ እግዚአብሔርና ካለማወቅ የተነሳ የሚመጣ ስህተት ነው። ስለዚህ እግዚአብሔር በሚገባ ሳያውቁ እግዚአብሔርን ማገልገል ደግሞ ግብዝነት ይሆናል። ዳንኤልና ነህምያ በነገስታት አካባቢ ኖረዋል፡ ፡ የተከበሩ የመንግሥት ባለሥልጣን ነበሩ፡፤ ሆኖም እግዚአብሔርን ስለሚያውቁና ስለተረዱት እርሱን የተፈራህና የተከበርህ በማለት ከፍ ከፍ ከማድረግ ተቆጥበው አያውቁም። ይህም በእግዚአብሔር ቃል ላይ በሚገባ ሰፍሮ እናገኛለን።

(ሐ) እውቀት የመናገር ስጦታ

ይህንንም በተመለከተ በእግዚአብሔር ቃል ላይ በብዙ ቦታዎች ላይ ተጠቅሶ እናገኛለን። ለምሣሌ የሐዋሪያት ሥራ 5:3 ላይ "ጴጥሮስም። ሐናንያ ሆይ፥ መንፈስ ቅዱስን ታታልልና ከመሬቱ ሽያጭ ታስቀር ዘንድ ሰይጣን በልብህ ስለ ምን ሞላ?" በማለት የተጻፈው ክፍል ሐዋሪያው ጴጥሮስ የእውቀት ስጦታ ተገልጾለት ባልና ሚስቱ የደበቁትን ዕውነት ይፋ ሲያወጣውና የእግዚአብሔርን ፍርድ ሲያስተላልፍ እንመለከታለን። እንደዚሁም በ2ኛ ነገሥት 5:25-26 ላይ እንደተመለከተው የኤልሣዕ አገልጋይ የነበረው ግያዝ ጌታውን ኤልሳዕን ሸሽጎ የደበቀውን ነቢዩ ግን

በእውቀት ስጦታ ተገልጾለት አሁንም የእግዚአብሔር ፍርድ ሲተላለፍ እናያለን፡፡ በ1ኛ ሳሙ. 12:22-24 ላይ እንደተጻፈው ለንጉስነት የሚፈለገው ሳዖል ሲፈለግ ነብዩ ሳሙኤል ከተደበቀበት ያገኘውና የቀባው በዕውቀት የጸጋ ስጦታ መሆኑን ከእግዚአብሔር ቃል እናነባለን፡፡

በእውቀት ስጦታ የምናስተውለው ትልቅ ቁም ነገር በዘመናችን እንደተለመደው የዕውቀት ቃል ተብለው ተነግረው እንደማይፈጸሙት ሳይሆኑ መንፈስ ቅዱስ እንደሰጠው እውቀት የመናገር ስጦታ በግዜው ሲነገር በማያጠራጥርና በማያዳግም ሁኔታ መፈጸሙ ነው፡፡ ከላይ በጠቀስናቸው በዳዊት፣ በሳኦል፣ በግዕያዝ፣ በሐናኒያና በሰጺራ ሕይወት እንዴት እንደተፈፀሙ ማየትና ማመዛዘን በቂማስረጃ ይሆናል፡፡

ይህ መንፈሳዊ ስጦታ ከዚህም ቀደም እንደገለፅሁት ወደፊትም እንደምገልፀው ኢየሱስ ክርስቶስን መቀበልና የመንፈስ ቅዱስ ማደሪያ በመሆን በፀሎት፣ በቃሉ፣ በቅዱሳን ሕብረት ስጦታውን ሳይሆን ሰጭውን በማወቅና በማሳወቅ፣ በመለመን የሚሰጥ ነፃ ስጦታ ነው። መንፈሳዊ ስጦታ ይህ በግል እግዚአብሔርን በኢየሱስ ክርስቶስ በኩል ማወቅን የሚጠይቅ ነው። የጌታ ቃልም መንፈሳዊ ሕይወት በእርሱ እንደሆነች ይናገራል። ዮሐንስ 1:4፣ ፊል. 3:10፣ ዮሐንስ 17:3 ማንበብ እንችላለን ፡፡ በተጨማሪም በ1ኛ ዮሐንስ 1:1-2 ላይ ይህ ተጽፎአል፡፡ “ስለ ሕይወት ቃል ከመጀመሪያው

የነበረውንና የሰማነውን በዓይኖቻችንም ያየነውን የተመለከትነውንም እጆቻችንም የዳሰሱትን እናወራለን፤ ሕይወትም ተገለጠ አይተንማል እንመሰክርማለን፥ ከአብ ዘንድ የነበረውንም ለእኛም የተገለጠውን የዘላለምን ሕይወት እናወራላችኋለን፤" ይላል። ስለዚህ እኛም ኢየሱስ ክርስቶስ በእምነት ተቀብለን በደሙ ለታጠብን ሁሉ ልጆቹና ማደሪያዎቹ እንደሆንን ቃሉ ይነግረናል። ስሙ ከፍ ይበል፡፡ በኤፌ. 2:8-9 ፣ በሕዝቅ. 36:25-27 ፣ በ1ኛ ቆሮ. 3:16-17 ላይ የእግዚአብሔርን ቃል እንደ ማስረጃነት መመልከት እንችላለን፡፡ ሰዎች በዚህ ዓለም ላይ ጥበብና እውቀት ምርምርም እንደሚያበዙ የእግዚአብሔር ቃል በሚገባ ያስረዳናል፡፡ ሆኖም ይህ ምርምርና እውቀት ምንም ያህል ቢበዛ ሰብዐዊና ምድራዊ ዕውቀት ስለሆነ ከምንፈሳዊ ው ዕውቀትና ጥበብ ስለማይበልጥ ይበልጥ አጥብቀን መሻት የሚኖርብን መንፈሳዊውን ዕውቀትና ጥበብ ሊሆን ይገባል፡፡

የእዚህ ዓለም ጥበብና እውቀት አላፊ ነው። የማያልፍና ለዘላለም የሚኖረው ሕያውና ቅዱስ ቃሉ ላይ የተመሰረተው የታመነና ሁሉም ሊቀበሉት የተገባ ሰማያዊው ወይንም መንፈሳዊው ጥበብ ነው፡፡ (ማቴ. 24:25 ፣ 1ኛ ጴጥ. 1:25 ፣ 1ኛ ጢሞ. 4:9)

(መ) ጥቅሙና አጠቃቀሙን አስመልክቶ

እውቀትን የመናገር ስጦታ እጅግ አስፈላጊና ለቤተ ክርስቲያን ለአካሉ መታነጽ በጣም ጠቃሚ ነው። በዚያው መጠን ስጦታውንና

አጠቃቀሙን በተመለከተ ከእግዚአብሔር ቃል የወጣ እንዳይሆን ከፍተኛ ጥንቃቄና ትምህርት የሚፈልግ ነገር ነው፡፡ ይህ ስጦታ አጠቃቀሙ ገንቢ በሆነና እንደ እግዚአብሔር ቃል ካልሆነ ቤተ ክርስቲያንን ከማነጽና ከመገንባት ይልቅ አፍራሽና ከእግዚአብሔር መንገድ የሚያስት ይሆናልና ጥንቃቄ የሚያስፈልገውም ለዚህ ነው፡ ፡ ይህ እውቀትን የመናገር ስጦታ ለብዙ ታላላቅ ሰዎች መንፈስ ቅዱስ ሰጥቶአቸው ጌታ ተጠቅሞባቸው ለእግዚአብሔር መንግስት ብዙ ፍሬ አፍርተውበት አልፈዋል፣ አሁንም እያፈሩበት ይገኛሉ።

ለማንኛውም ስጦታው ስለሚሰጠው ጥቅምና አጠቃቀሙን በሚመለከት ግዜ ወስደን መመልከት ይኖርብናል፡፡ እንመልከት። እውቀትን የመናገር ስጦታን እግዚአብሔር አምላክ ለሰዎች የሚሰጠው ለሰዎች ችግር መፍትሄ ለመስጠት ነው። በተጨማሪም የሰዎችን በሽታ በመግለጥ ሰዎችን ካለባቸው በሽታና ደዌ እንዲፈወሱ ያደርጋል። ምንም ጊዜ ቢሆን መገለጡ መፍትሄ ለመስጠት ነው። ይህንንም እውነት በመጽሐፍ ቅዱስ ግልፅ ሆኖ እንደተፃፈ ቀደም ብሎ ተመልክቶአል፡፡ በሽታውንና ችግሩን የሚገልለፀው እግዚአብሔር መንፈስ ቅዱስ መፍትሄውንና ፈውሱንም አብሮ የሚሰጥ አምላክ ስለሆነ ስሙ እጅግ ከዘላለም እስከ ለዘላለም የተመሰገነ ይሁን፡፡

የስጦታውን አጠቃቀም በተመለከተ ልናውቃቸው የሚገቡን ዋና ዋና ሐሳቦች ከዚህ እንደሚከተሉት ናቸው፡፡

✝ **መገለጥ ሁልጊዜ ለአማኙ አይሰጥም ፦** በመፅሐፍ ቅዱሳችንም ሆነ በቤተ ክርስቲያን ታሪክ እንደምናገኘው ዕውነት ስጦታውና ፀጋው ያላቸው የጌታ ሰዎች በየቀኑ እውቀትን የመናገር ስጦታ ሲሰጣቸው አናይም። አማኞች ማወቅና መረዳት ያለባቸው ነገር ቢኖር ስጦታው ያለው አገልጋይ እርሱ በፈለገበትና ደስ በተሰኘበት ወቅት የሚጠቀምበት ስጦታ እንዳልሆነ ነው፡፡ መጠቀምና ሰዎችን ማገልገል የሚችለው የስቶታው ባለቤት የሆነው መንፈስ ቅዱስ እንደፈለገና እንደፈቀደለት እንጂ በራሱ ማድረግ የሚችለው ነገር የለም፡፡ እርሱ በፈለገበትና ሰዎች በጠየቁት ጊዜ ሁሉ የሚያደርገው አይደለም። መንፈስ ቅዱስ ሳይገልጥና ሳይናገር ስጦታው ያ፤ላቸው ሰዎች ልክ መንፈስ ቅዱስ እንደተናገረ አድርጎ ማቅረብን ከለመዱ በቀላሉ ለስህተትና ወደማያስፈልግ ክፉ ልምምድ ሊገቡ ስለሚችሉ ሰዎች ከፍተኛ ጥንቃቄ ማድረግ ይገባቸዋል፡፡ ምክንያቱም በ2ኛ ተሰሎንቄ 2፡11-12 ላይ « በእውነት ያላመኑ ነገር ግን በዓመፅ ደስ ይላቸው የነበሩ ሁሉ ፍርድን እንዲቀበሉ፥ ሐሰትን ያምኑ ዘንድ እግዚአብሔር የስሕተትን አሠራር ይልክባቸዋል። » ተብሎ እንደተጻፈው ሰዎች ሳይገለጥላቸው ተገለጠልን ብለው ሰዎችን ወደ ስህተት እንዲገቡና በስሜት እንዲነዱ ስለሚያደርጋቸው ከፍተኛ ጥንቃቄ ማድረግ የሚገባው ለዚህ ነው፡፡

እንደ ሙሴ እግዚአብሔርን ፊት ለፊት ያናገረው ሰው እንደሌለ የእግዚአብሔር ቃል ይመሰክራል፡፤ ሆኖም በዘኍልቁ 27፡5 ላይ

እንደምናገኘው ታሪክ የሰልጰአድ ልጆች በአባቶቻቸው ወንድሞች መካከል ርስት እንዲሰጣቸው ሲጠይቁ ሙሴ ገና ለገና መገለጥ ስቶታ አለኝ በማለት በስሜት ተነስቶ ልስጣቸው ብሎ ርምጃ አልወሰደም፡፤ አስቀድሞ ነገራቸውን በእግዚአብሔር ፊት በማቅረብ የርሱን ፈቃድና መገለጥን መጠየቅ ነበረበት፡፤ የእግዚአብሔርን ይሁንታ ካገኘ በኋላ የሰልጰአድ ልጆች ርስት ድርሻቸውን አግኝተዋል፡፡ እንኳ የአባታችን እርስት ድርሻ ይሰጠን ብለው ሲጠይቁ፣ እንዲሁም ነቢዩ ኤልሳዕ ብዙ መገለጦችን በመስጠት እግዚአብሔር የተጠቀመበት ነቢይ እንደነበረ ከእግዚአብሔር ቃል ላይ በሚገባ እናውቃለን፡፡ ነገር ግን በ2ኛ ነገሥት 4፡27 ላይ እንደምናገኘው ታሪክ ማረፊያ አዘጋጅታለች የነበረችው ሱነማይቱ ሴት ልጅዋ ሲሞት ፈጥና ወደኤልሳዕ ስትሄድና እግሩ ላይ ስትወድቅ አገልጋዩ ግያዝ ሊያርቃት ሲያስብ ኤልሳጭ ለግያዝ የተናገረው ነገር ለዚህ አባባላችን ትክክለኛ ማስረጃ ይሆንልናል፡፡ በብዙ መገለጥ ወገኖቹን ያገለገለው ኤልሳዕ በዚህ ወቅት ይህች ሴት የመጣችበትን ምክንያት ማወቅ እንዳልቻለ በማመን እግዚአብሔር ከኔ ሰውሮታል በማለት ነው የገለጸው፡፡ ስለዚህ እግዚአብሔር ሁልጊዜ ስጦታው አለን ለሚሉት ሰዎች መገለጥን እንደማይሰጥ አስፈላጊም ሲሆን እንደሚሰውር በዚህ ታሪክ ውስጥ በሚገባ እንረዳለን፡፡ እንደማይቀበል ለግያዝ እግዚአብሔር ይህን ከእኔ ሰውሮታል አለ። በተለይ በታላላቅ ጉባኤዎች የሚያገለግሉ ሰዎች ዕውቀትን የመናገር ስጦታውሚመጣው ለብዙ ሰው ስለሆነ አገልጋዮቹ በትክክል

ተረድተውና ከራሳቸው ሃሳብና ስሜት ነጻ ሆነው እግዚአብሔር የገለጠላቸውን ብቻ እንዲያገለግሉ ይጠበቃል፡፡ ምክንያቱም አዲስ አማኝ ከሆኑና እንዴት እንደሚጠቀሙ ተገቢው ልምድና ብስለት ከሌላቸው የራሳቸውን ሃሳብና የእግዚአብሔርን ሃሳብ ለይተው ለመናገር ስለሚቸገሩ ስህተት ውስጥ ይገባሉ፡፡ ስለሆነም በአገልግሎቱ የበሰሉና የእግዚአብሔር ቃልም ዕውቀት የገባቸው አባቶች እነዚህን ወገኖች ከመተቸትና ከማራቅ ይልቅ አቅርቦ በመከታተልና በማሰልጠን እንደዚሁም በማስተማር በአግባቡ ስጦታውን እግዚአብሔር መንፈስ ቅዱስን ደስ በሚያሰኝና ቤተ ክርስቲያን በምትታነጽበት መንገድ እእንዲጠቀሙበት ማገዝ ያስፈልጋል፡፡ ዛሬ እኛ አንደ አዕማድ የምንመለከታቸውና የምናደንቃቸው የጌታ ደቀ መዛሙርት ጌታ ኢየሱስ ክርስቶስ በታላቅ ትዕግስትና ምክር አሳድጓቸው መንፈሳዊ ያደረጋቸው ወገኖች ናቸው፡፡ እኛም የርሱን ፈለግ መከተል ይኖርብናል፡፡ ወጣትና አዲስ አገልጋዮችም በትህትናና በታላቅ መጠማት የሚሰጣቸውን ምክርና ትምህርት ተቀብለው ተግባራዊ በማድረግ ማደግ ይኖርባቸዋል፡፡ በዘፀዐት 32፡18ና በዘኁ. 11፡28-30 ላይ እንደተጠቀሰው ሙሴ ኢያሱን በማረም እንዳስተካከለው፡፡ እንዲሁም በአዲስ ኪዳን ጌታ ኢየሱስ በሉቃስ 9:54-56 ላይ ሃዋሪያው ጳውሎስም በ1ኛ ጢሞ.4:14 ። ላይ ተጽፎ እንደምናገኘው በማደግ ላይ የሚገኙትን አገልጋች ማሰልጠንና ማብቃት ይገባል ማለት ነው፡፡ እንግዲህ ከሁሉም በላይ የስጦታው ባለቤት የሆነውን እግዚአብሔር መንፈስ ቅዱስን መጠየቅና ከእርሱ ጋር

የሚኖረን ሕብረት፣ ምስጋናና አምልኮ ለዘለቄታው ይጠቅማል። (የሐዋ ሥራ 13:1-4)

- **የሚሰጡ መገለጦች ሁሉ አይገለጹም** ፡- መንፈስ ቅዱስ የሚገልጥልንን ሁሉ እንናገርም፤ መገለጡ የሚሰጠን እንድንፀልይበት እንጅ እንድንናገረው ላይሆን ይችላል፡፡ ይህንን አስቀድመን መለየት ይኖርብናል፡፡ በብዙ መገለጦች ውስጥ ስሕተት የሚሰራው ችግሩ ወይም በሽታው ተገልጦ ተናገሩ ሳይንባል ያለግዜው ሲነገር ነው፡፡ ስለዚህ መንፈስ ቅዱስ በመንፈሳችን የገለጠውን እውነት በታማኝነት መታዘዝ ያስፈልጋል ማለት ነው። የሐዋሪያት ሥራ 5:32 ላይ « እኛም ለዚህ ነገር ምስክሮች ነን፤ ደግሞም እግዚአብሔር ለሚታዘዙት የሰጠው መንፈስ ቅዱስ ምስክር ነው። » ተብሎ የተጻፈው ለዚህ ነው፡፡ የመጀመሪያው በአዳምና ሔዋን የተሰራው ስሕተትም እግዚአብሔርን ባለመታዘዝ ስለሆነ መልእክተኛም መልእክቱን በትክክል መቀበልና እንደተነገረው ውቀቱን ጠብቆ በማስተላለፍ ካልታዘዘ እግዚአብሔርን ያሳዝናል፡፡ ስህተትም ይፈጠራል፡፡

- **ስጦታው የሚሰጠው ለማነጽ እንጅ ለማፍረስ አይደለም፡-** በተደጋጋሚ እንደተጠቀሰው ለሰዎች ችግር መፍትሄና ፈውስ ለመስጠት እንጅ ለማጋለጥና ለማሸማቀቅ ስጦታው አልተሰጠም። ይህን ማወቅ ደግሞ ስጦታው የተሰጠውም ሆነ ተገልጋዩ የቤተ ክርስቲያን አካል ስጦታውን መገለጡን ከእግዚአብሔር እንጅ

ከሰው እንዳይጠብቁ ያደርጋል። በእግዚአብሔር ቃልና በፀጋው እያደግን ስንመጣ ይበልጥ መልእክታችን የማያጠራጥርና የማያዳግም ይሆናል፡፤ ያኔ ትክክሎኛው የእግዚአብሔር መገልገያ ሸክላ ዕቃ እንሆናለን፡፡

- **እውቀት የመናገር ስጦታ ግምትና አስተሳሰብ አይደለም፡-** በእውቀት የመናገር ስጦታ የሚናገረው አገልጋይ በግምትና በጥርጥር የሚያደርገው ሳይሆን መንፈስ ቅዱስ በትክክልና በዕውነት የሚሰጠው መገለጥ ነው፡፡ አእምሮአችን ፣ ስሜታችንና ፈቃዳችን በነፉስ ውስጥ እንጅ በመንፈሳችን ውስጥ አይደለም። ለዚህም ነው የእግዚአብሔር መንፈስ ለመንፈሳችን ገለጠው በማለት የእግዚአብሔር ቃል የሚመሰክረው፡፡ በ1ኛ ቆሮ. 2:11 ላይ እንደምናገኘው ዕውነት መንፈስ ቅዱስ በመንፈሱ ለመንፈሳችን ፀጋው የተሰጣቸው ሁሉ በፀሎትና ቃሉን በማጥናት ያሳልፉ የነበሩት። በማለት የሚያስረዳው ይህንን የመንፈስ ቅዱስ አካሄድ ሲያስገነዝበን ነውው፡ በተጨማሪም በየሐዋሪያት ሥራ 6:6 እና በየሐዋሪያት ሥራ 10:9-10 ላይ እንደተቀመጠው በፀሎት መቆየትና ቃሉን ማጥናት በተሰጠን ስጦታ ላይ የበለጠ ታማኞችና ታዛዦች እንድንሆን ያደርገናል።

ለምሣሌ፡- መንፈስ ቅዱስ የልብ በሽታ ያለው ሰው ቢገልጥልን ፈውሼዋለሁ ሳይለን መገለጡን ስለተቀበልን ብቻ ብናስተላልፈው ሰውየው ላይፈወስ ይችላል። ምክንያቱም መገለጡ መታመሙን እንጀ መፈወሱን ባለመስማታችን ቸኩለን ተናግረን ያ ፈውስ

ባይፈጸም የእግዚአብሔርን መንፈስ እንደዋሸ ያስመስላል፤ ስህሁቱ መገለቱን ከተቀበለው እንጂ ከእግዚአብሔር መንፈስ ቅዱስ እንዳልሆነ ልንገነዘብ ይገባል፡፡ በተጨማሪም መገለቱ መጥቶልን እስከመጨረሻ ሙሉ መረጃ ሳንይዝ ቦታና ግዜን ሳንለይና አጠናቅቀን ሳናውቅ በጥድፊያ መገለጥን ስንገልጽ ብዙ የስህተት ችግር ሊፈጠር ይችላል፡፡ ሆኖም ለዚህ ሁሉ መድሃኒቱ ተረጋግተን እግዚአብሔር መንፈስ ቅዱስ ሚሰጠንን መረጃ በትዕግስትና በርጋታ መቀበልና ማስተላለፍ ነው፡፡ ስህተት እንኳ ቢፈጠር በመረጋጋጥና ተስፋ ባለመቁረጥ ስህተታችንን አርመን ከእግዚአብሔር ጋር ያንን ግንኒነትና አገልግሎት አጥብቀን መቀጠል ይኖርብናል፡፡

- ✓ **የጥበብ ስጦታ የሚያስገኘው ጥቅም፡-** በአሞጽ 4:12-13 ላይ እንደተጠቀሰው የጥበብ ስጦታ ከእግዚአብሔር መንፈስ ቅዱስ ስለሚሰጥ ለግል ሕይወታችን፣ ለእግዚአብሔር ቤት ሥራ፣ ለማስተዳደርና ለመፍረድ በማስተዋልና በልብ ስፋት ለመመላለስ የተሰወረውንና የተደበቀውን ለማወቅና ለመርዳት የእግዚአብሔርን የልቡን ሐሳብ ለመካፈልና ለመረዳት ይጠቅመናል፡፡ በዚህም መሠረት ከእግዚአብሔር ቃል የጥበብ ስጦታውንና ጥቅሙን በማስመልከት የተቀመጠውን ከዚህ በታች እንደሚከተለው ተገልጾአል፡፡

    - ✓ የድንኳኑኑን ሥራ ያስተውል ዘንድ። ባስኤል በጥበብ መንፈስ ተሞላ (ዘፀ. 31:1-4)

- ✓ የእግዚአብሔርን ሐሳብ ለተጠራበት በማስተዋል ያደርግ ዘንድ ዘንድ ለዳዊት የጥበብ መንፈስ ተሰጠው። (1ኛ ሳሙ. 18:5፣ 30)
- ✓ ሕዝብን ያስተዳድርበት ዘንድ ለሰለሞን ጥበብና ማስተዋል ተሰጠው። (1ኛ ነገሥት 3:4-12)
- ✓ የተሰወረና የተደበቀን ነገር ይገልጥ ዘንድ ለዳንኤል የጥበብና ማስተዋልን መንፈስ ተሰጠው። (ዳን. 2:19-23)
- ✓ በያዕቆብ 3:17 ላይ እንደተገለጠው ይህ ጥበብ ከላይ እንደሚሰጥና እንደምንቀበልም ይናገራል።

እንግዲህ የእውቀትንና ጥበብን መናገር ስጦታ ከእዚህ በላይ ቢገለጥም በፀሎትና እግዚአብሔርን በመለመን ይበልጥ በቃሉና በመንፈሱ እንዲገልጥልን ፀሎቴ ነው።

መናፍስትን የመለየት ስጦታ

እንደ ሌሎቹ ስጦታዎች ሁሉ መናፍስትን የመለየት ስጦታ በልምምድ እንዲሁም በሰው ጥረትና ድካም የሚገኝ ሳይሆን የመንፈስ ቅዱስ ሥራ ነው። ይህ ስጦታ የሚገለጠው በአማኞች ሕይወት ውስጥ መንፈስ ቅዱስ

ስጦታውን እንደወደደና እንደፈቀደ ሲሰጣቸው እንደሆነ በእግዚአብሔር ቃል በግልጥ ተፅፎልናል። መንፈስ ቅዱስም ሁሉን ይመረምራል ይለናል፤ ለአማኞችም ይህን የመለየት ስጦታ ይሰጣል፡፡ በመሠረቱ ከመቼውም ይልቅ በዚህ ዘመን ለምትገኘው ቤተ ክርስቲያን ይህ ስጦታ እጅግ አስፈላጊ ነው፡፡ ብዙ የተደበላለቀና የተቀየጠ እንዲሁም የጌታችን የኢየሱስ ክርስቶስ ሕይወት ያልተገለጠላቸው ሰዎች የበዙበት ዘመን ነው፡፡ እግዚአብሔር የእሥራኤልን ህዝብ ከግብፅ ሲያወጣ ድብልቅ ሕዝብ አብሮ ስላወጣ፣ ድብልቁን ሕዝብ እንዲለይ ለሙሴ ትዕዛዝ እንደተሰጠው ሁሉ ዛሬም ቤተ ክርስቲያን በድብልቅ ህዝብ ስለተሞላች ይህንን መለየት ግድ ይላል ፡፡ ለዚህም ነው መናፍስትን የመለየት ስጦታ ያላቸው የተቀቡ አገልጋዮች ለዚህች ዘመን ቤተ ክርስቲያን ያስፈልጓታል የምንለው፡፡ በዚህ ዘመን ያለን አማኞችና መሪዎች ከዚህ ችግር ለመዳን የመንፈስ ቅዱስን ምሪትና የመለየትን ስጦታ በመንፈስ ቅዱስ እንዲሰጠን መፀለይና መለመን አለብን። ምክንያቱም መንፈሳዊ መልክ ይዞ ከሚመጣው ከሰይጣን ስውር አሰራር ቤተ ክርስቲያንን መጠበቅ ስለሚገባ ነው፡፡ ሐዋሪያ ጳውሎስ በፊሊጵዩስ የገጠመውን ሁኔታ መመልከት መልካም ምሣሌ ይሆነናል፡፡ በሐዋሪያትሥራ 16:17 -18 ላይ እንደምናገኘው ታሪክ ሐዋሪያው ጳውሎስና ሲላስ ወንጌልን እየሰበኩ ሲመላለሱ፣ አንዲት ሴት የመዳንን መንገድ የሚነግሩአችሁ እነዚህ ሰዎች የልዑል አምላክ ባሪያዎች ናቸው። በማለት ትናገር ነበር። ይህንም ደጋግማ ብዙ ቀን አደረገችው ። ጳውሎስ የመናፍስት መለየት ስጦታ የነበረው አገልጋይ ስለነበር ምንም እንኳን አነጋገሯ መንፈሳዊ እውነተኛም ቢመስል ይረበሽ ስለነበር፤ አንድ ቀን እንደተለመደው ይህች ሴት በአለችበት አካባቢ ሲያልፍ የልዑል አምላክ ባሪያዎች በማለት ጮኸች። ጳውሎስም

መንፈስ ቅዱስ በሰጠው መገለጥ ይህ በሴትዮዋ የሚናገረው መንፈስ ቅዱስ እንዳልሆነ ለየውና መንፈሱን ሲያዘው ከሴትዮዋ መንፈሱ ለቋት ወጣ።

እዚህ ላይ ልናስተውለው የሚገባን እርኩሳን መናፍስት የሃይማኖት መልክ በመያዝና ጥቅስን በመጥቀስ እንዳያታልሉን የመናፍስት መለየትን ስጦታ እግዚአብሔር እንዲሰጠን መለመንና መፀለይ ይኖርብናል። አዳምና ሔዋንን እንዳሳተ፣ መንፈሱን በመለየት ገስጾ አባረረው እንጂ ጌታችን ኢየሱስ ክርስቶስንም ጥቅስን እየጠቀሰ እንደተፈታተነ እኛንም ለመፈታተንና ለማሳት ሊመጣስለሚችል ተዘጋጅተን ለመጠበቅ መንፈስን የመለየት ስጦታ ከአምላካችን ከእግዚአብሔር ዘንድ ልንቀበል ይገባል፡፡ ዛሬም ቢሆን መንፈስ ቅዱስ በሚሰራበት አካባቢ ሰይጣን በማደናገርና በማስመሰል ሕይወታቸውን በተቆጣጠረው ሰዎች በመጠቀም ብዙ ነገር ለማድረግ ይሞክራል። ለዚህም ነው የመናፍስት መለየት ስጦታ ለክርስቶስ አካልና ለአንድነቱ እጅግ የሚያስፈልግበት ምክንያት፡፡ በሐዋሪያት ሥራ 13:9-12 ላይ እንተጠቀሰው የመናፍስት መለየት ስጦታ የተሰጣቸው ሰዎች መንፈሱን ይለዩ ዘንድ መንፈስ ቅዱስ ሲገልጥላቸው ልክ ሃዋሪያው ጳውሎስ እንዳደረገው በእምነትና በድፍረት መናገር አለባቸው። ሃዋሪያው ጴጥሮስም በሐዋሪያት ሥራ 8፡18-23 በተጠቀሰው ታሪክ ውስጥ እንደምናገኘው ታሪክ ሲሞን የተባለውን ያመነ የሚመስል ግን የጥንቆላ ሥራን ይሰራ የነበረውን ሰው አንተ በመራራ መርዝና እስራት እንዳለህ አያለሁ በማለት ሲገስጸው እንመለከታለን፡፡ ብዙዎች የመናፍስት መለየት ስጦታ ያላቸው ሰዎች ፍርድ መፍረድ ስለሚመስላቸው ለመናገር ይፈራሉ። ከላይ እንደተጠቀሰው ሐዋሪያው ጴጥሮስና ጳውሎስ መንፈስ ቅዱስ እንደገለጠላቸው በሥልጣንና

በሐይል እንደተጠቀሙ ከተረዳን ለእኛም ትምህርት ይሆነን ዘንድ ተጽፎልናልና እንደነሱ በድፍረት የሳቱትን መመለስ እጅግ አስፈላጊ ነው፡፡

በ1ኛ ቆሮ. 1:7 ላይ « ነገር ግን መፅሐፍ ቅዱስ ክርስቶስን ስትጠባበቁ አንድም የፀጋ ስጦታ አይጎድልባችሁም ». እንደሚል የተሰጠንን ፀጋ ሁሉ በእምነትና በድፍረት ልናገለግልበት ይገባል። ብዙ እምነትና ድፍረት ስለሚጎድለን ይህን የመናፍስት መለየት ስጦታ ብዙ አቢያተ ክርስቲያናት ተጠቃሚ አይደለችም፡፡ ሆኖም ይበልጥ ለቤተ ክርስቲያን በጥራት በሕብረትና አንድነት ለመጠበቅ የመናፍስት መለየት ስጦታ ያስፈልጋታል። (ዮሐን. 16:1-3) ዛሬ ብዙዎች ጌታን የሚያገለግሉ እየመሰላቸው በመናፍስት አሰራር የተነሳ ተለያይተውና ተከፋፍለው ስም በመጠፋፋትና በመካሰስ ፣ በሁከትና በረብሻ ተልዕኮአቸውን ዘንግተው ይገኛሉ፡፡ ስለዚህ የመናፍስት መለየት ስጦታን በብርቱ መፈለግና በእምነትና በድፍረት መጠቀም እንዳለብን የምንጠያየቅበት ጉዳይ አይሆንም፡፡

የኃይል ስጦታዎች።

ጌታችን ኢየሱስ ክርስቶስ ለቤተ ክርስቲያን የወንጌልን አደራ ሲሰጣት ስልጣን በሰማይና በምድር ተሰጠኝ ብሎ በመነሳት ፣ ከሰጠው አደራ ጋር ፈውስ፣ ተአምራት፣ እምነት የተባሉትን የኃይል ስጦታዎች የሚባሉትንም አብሮ ሰጥቷል፡፡ ብዙ አማኞች ስለዚህ ስጦታ ለማወቅና ለመረዳት ይፈልጋሉ። ብዙዎች ይህን ስጦታ ሲፈልጉት እራሳቸውን የሚያሳውቁበት ስለሚመስላቸውም ጭምር ነው። ስጦታው የሚሰጥበት ግን አሁንም ቢሆን ቤተ ክርስቲያንን ለማነጽና ለምዕመናንም ጥቅም ነው። ጌታችን ኢየሱስ ክርስቶስ በምድር ወንጌልን በሰበከ ቁጥር እነዚህ ኢጋንንትን ማስወጣት፣

ፈውስ፣ ድንቅና፣ ተአምራት ተለይተው አያውቁም። የመጣበትም አላማ የሰውን ነፍስ ከሲኦል ለማዳንና የታሰሩን ለመፍታት፣ የታመሙትን ለመፈወስ፣ ሙታኖችን ለማስነሳት እንደመጣ ወንጌል በግልጥ ያስረዳናል። ጌታም ለደቀ መዛሙርቱና ለሐዋሪያቱም የሰጣቸው ሥልጣን የሰጣቸው ወንጌልን ለፍጥረት ሁሉ እንዲሰብኩና ተአምራትንም እንዲከተላቸው ተስፋን በመስጠት ነው፡፡ ስለዚህ እንደ እግዚአብሔር ቃል እነርሱም ወጥተው ወንጌልን ሰበኩ፣ ጌታም በምልክቶችና በተአምራት ያፀናላቸው ነበር ። እንግዲህ ስጦታውን ስንፈልግ የተሰጠንን የወንጌል አደራ መቼም ቢሆን ቸል ማለት አይኖርብንም ማለት ነው፡፡

በዚህ ዕውነት መሠረት የሐዋሪያትም አገልግሎት በድንቅና በተአምራት የተሞላ ነበር። የጌታችን የኢየሱስ ተአምራዊ አገልግሎት ዛሬም አላቋረጠም፤ ለወደፊትም አያቋርጥምና ክብሩ ሁሉ ግን ክብር ለሚገባው ለአምላካችን ለእግዚአብሔር ይሁን። እነዚህ የኃይል ስጦታዎች ሦስቱንም የኢየሱስንም ታምራዊ አገልግሎት የተገለጠባቸው ስለሆኑ በአንድነት እንመለከታቸዋለን። እግዚአብሔር ድንቅ በሆኑ ሁኔታዎችና መንገዶች ለሰዎች ፈውስ ይሰጣል። ጌታም በእርሱ ላመኑት ሁሉ በሰጠው ስልጣን መሠረት ፈውስና ተአምራት ይከተላቸዋል፡፡ በጌታና በሐዋሪያትም አገልግሎት እጆችን በመጫን ፈውስና ተአምራትን መናፍስትንም በሥልጣን የማዘዝ አገልግሎት እንደተሰጠ ከእግዚአብሔር ቃል ተዘግቦ እናገኛለን፡፡ ዛሬም ሆነ ወደፊት እነዚህ ስጦታዎች ከጌታና ከመንፈስ ቅዱስ በመቀበል ለቤተ ክርስቲያንና ለሰዎች ጥቅም ልናገለግልበት ይገባል። ለዚህም ነው ጌታ እጃቸውን በድውዮች ላይ ይጭናሉ፣ እነርሱም ይፈወሳሉ። ብሎ ያወጀው፡፡ ያችን የአብርሃም ልጅ

ለአስራ ስምንት አመታት በመቅደስ ጎብጣ ስትመላለስ የነበረችውን ሴት ጌታችን ኢየሱስ ክርስቶስ እጁን በመጫን ቀና ብላ እንድት ሄድና እንድትፈወስ ያደረጋት ለእኛ ምሣሌ እንዲሆነን ነው፡፡ በተጨማሪም በሌላ ቦታ ላይ አጋንንት በያዛቸውና ባደረባቸው ሰዎች ላይ እጁን ሳይጭን በቃሉ ትዕዛዝ ብቻ ነጻ ሲያወጣቸው እናነባለን፡፡

በተለይ እጅ የመጫን አገልግሎት ከብሉይ ኪዳን ጀምሮ የነበር ቢሆንም የ እግዚአብሔር ቃል ግን ፈጥነን እጃችንን እንዳንጭንና ከኃጢያትም ጋር እንዳንተባበር ሲያስጠነቅቀን እንመለከታለን፡፡ አገልግሎታችን በመንፈስ ቅዱስ ምሪትና በጸጋ የተሸፈነ ሊሆን ይገባል፡፡ ዋናው ማስተዋል የሚገባን እጅ የመጫን አገልግሎት እንደ እግዚአብሔር ቃል የተገለጠ ዕውነትና ተግባራዊ የሚሆን እንጂ አስማት ወይም መተት አይደለም፡፡ ለዚህም ነው ሐዋሪያው ጴጥሮስ አንተም ገንዘብህም ይጥፉ በማለት ጠንቋዩን ሲሞንን የገሰጸው፡፡

እጅ መጫን የሚፀልይ ጸሎት ሃይልና ቅባት ማስተላለፍ ጸሎት እንጂ እጅ በሚጭነው ሰው ላይ የተለየ ሃይል ስላለ አይደለም፡፡ የሚወጣው ሃይል ከርሱ ስላልሆነ እርሱ እንዳልሆነ ፈዋሹ ማወቁም ይጠቅመናል። ጌታችን ኢየሱስ ክርስቶስ በምድር አገልግሎት ዘመኑ እጅ ከመጫንም ባለፈ ብዙ መንገዶችን ተጠቅሟል። እጆቹን በድውያን ላይ ጫነ፣ ቃል ተናገረ፣ እውሩን ጭቃ ቀብቶ ወደ ሲሎሂም ሂዶ እንዲታጠብ አዘዘ፣ ቃሬዛውን ነካው፣ እወዳለሁ ንፃ አለው። ፈዋሹ እርሱ ስለሆነ በወደደው መንገድ ተዓምራን አከናውኗል፡፡ ዛሬም ጌታ ኢየሱስ ስጦታው ያላቸውን አገልጋች በተለያየ

መንገዶች ሊጠቀምባቸው ይችላል። ይህም ሲባል ግን ከእግዚአብሔር ሕያው ቃል ጋር መጋጨትና መፋለስ የለበትም። ስጦታውን የሰጠውና ቃሉን የሰጠው ባለቤቱ እግዚአብሔር ስለሆነ ። እንግዲህ ስጦታው ያላቸው አገልጋዮች ሁሉ ትላቅ ኃላፊነት አለባቸው። ትልቁ ኃላፊነት የግል ሕይወታቸውን በትህትናና በንፅህና መጠበቅ ነው። አንዳንዶች እግዚአብሔር ሲጠቀምባቸው፣ ክብር ለሚገባው ክብርን ከመስጠት ይልቅ ክብርን ለራሳቸው ሲወስዱ ይታያሉ፡፡ ከዚህም የተነሳ እግዚአብሔር ክብሩን ለሌላ ለተቀረፁም ምስሎች ስለማይሰጥ፣ የተሰጣቸው ስጦታና ፀጋ ወድቀውና ተጥለው ይቀራሉ። በስጦታው ምክንያት ሰዎችን ወደ ክርስቶስ እንጅ ወደራሳችን እንዳንሰበስብ መጠንቀቅ አለብን። ሌላው፣ ለምንፀልይላቸው ሰዎች እኛ በእምነት ፀልየን ለጌታና ለሰዎቹ መተው እንጅ፣ ጌታ ሳይለን « ተፈውሰሃል፣ መድኃኒትህን ጣል፣ ስላላመንህ ነው፣ » የመሳሰሉትን ምላሾች ላለመስጠት መጠንቀቅ አለብን፡፡ ከዚህ የተነሳ ብዙ ሰዎች ሲጎዱ፣ መድኃኒት በመጣል ሲሞቱ፣ በእግዚአብሔር ላይ ሲያጉረመርሙና ሲያማርሩ ስለሚታይ ነው፡፡ በቤተ ክርስቲያን ታሪክ ዛሬም ጭምር፣ በዚህ አገልግሎት ብዙ ስሕተትና ጉዳት ታይቷል፤ እየታየም ነው። እንዲሁም የእኛ ኃላፊነት መፀለይ ሲሆን፣ የተፈወሱትም ፈውሳቸውን በሰውነታቸው እንዲያውቁ ዕድሉን መስጥ ይኖርብናል ማለት ነው፡፡

ለሰላሳ ስምንት አመት ሽባ ሆኖ የኖረ ሰው አልጋህን ተሸከመህ ሂድ ሲባል፣ መፈወሱን ያወቀው በሰውነቱ ነው፡፡ ከዚያም አልጋውን ተሸከሞ ሄደ። አስራ ሁለት አመት ደም የሚፈሳት ሴት ደምዋ መቆሙን ያወቀችው በሰውነቷ ነው እንጂ ሌላ ሰው ነግሮአት አይደለም፡፡ እንዲሁም እነ አይዳ፣ ሆሴ፣ እነ

እስሚዝ እራሳቸውን ሲነኳቸው እንደተነሱ ከታሪካቸው እናነባለን። እግዚአብሔር ዛሬም በዘመናችን አልተለወጠም፣ ይሰራል። “በእርሱም ከጠላቶቻችን እጅ ድነን በዘመናችን ሁሉ ያለ ፍርሃት በቅድስናና በጽድቅ በፊቱ እንድናገለግለው ሰጠን።” (ሉቃስ 1:74-75) የሐዋሪያትና የነቢያት እንደ ግያዝ ታሪክ እንድናወራ ብቻ ሳይሆን፣ ዛሬም በተሰጠንና ባለንበት ዘመን ማገልገል አለብን ፡፡ የሃይል ስጦታዎችም ምንም ግዜ ቢሆን ለወንጌል መስፋፋትና ለነፍሳት መዳን መሣሪያዎች ናቸው፡፡

ጌታ ኢየሱስ በ ማቴ.4:22-23 ፣ በሉቃስ 4:30-40፣ ማቴ.9:35 ፣እና በሌሎችም ቦታዎች ላይ እንደገለጠው ይህ አገልግሎት ጌታ እስኪመጣ ድረስ ይቀጥላል፡፡ ቤተ ክርስቲያንም እነዚህን ስጦታዎች በመጠቀም ትታነጽበታለች፡፡ በዚህም መሠረት ፍሬያማና ውጤታማ ሆናበታለች እየሆነችበትም ነው፡፡

እነዚህ የሃይል ስጦታዎች ነፍሳትን የማሰባሰብ ሥራ ብቻ ሳይሆን የሰው ልጆች ጠላት የሆነውን አጋንንት ያሰራቸውን ነጻ በማውጣት ሃጢአትን በጌታ በኢየሱስ ደም በማንጻትና ነጻ እንዲሆኑ በማድረግ የእግዚአብሄር መንግስት እንዲሰፋ አስተዋጽዖ አድርጓል፡፡

ለዚህም ነው ዳዊት መዝሙር 103:3 ላይ ለእግዚአብሔር « ኃጢአትሽን ሁሉ ይቅር የሚል ደዌሽንም ሁሉ የሚፈውስ፥» በማለት የዘመረው ፡፡ የሃጢአት ይቅርታ ማግኘት ከሥጋ ፈውስ እጅግ ይበልጣል ዘላለማዊ ነውና ፡፡ ስናገለግልም የቅድሚያ ተልዕኮአችን የሚሆነው ሰብከን

ነፍሳት ከሃጢአት ደዌና እሥራት እንዲፈወሱ ሊሆን ይገባል፡፡ ድንቅና ተአምራት ነፍስ ድነት የሚከተል እንጂ የሚቀድም መሆን የለበትም፡፡ ሊሆንም አይችልምም፡፡

ሌላው የኃጢያት ይቅርታና ፈውስ ሊለያዩ የማይገባቸው ተጨማሪ ምክንያት ለቤተ ክርስቲያን ከተሰጣት ስልጣንና ስርዓት ጋር በተያያዘ ዘይት በመቀባት መፀለይን ነው። በያዕቆብ መልዕክት በምዕራፍ ፭ ላይ በተጠቀሰው መሠረት በኃይል ሥጦታዎች የሚያገለግሉ ሰዎች ሊኖራቸው የሚገባው መሰረታዊ ሐሳቦች ሚከተሉት ናቸው፡፡

- በርህራሄ የተሞሉ የሚያዝኑ መሆን አለባቸው፤ ማቴ. 9:35-36
- በአገልግሎቱ ደስተኛ መሆን አለባቸው ፤ የሐዋ. ሥራ 16:17-26
- ክብሩን ለጌታ የሚሰጡ መሆን አለባቸው፤ የሐዋ. 3:11-13
- ለጠፉት ነፍሳት ሸክም ያላቸው መሆን አለባቸው፤ የሐዋ. ሥራ 8:4-8
- ለነፍሳት የሚማልዱ መሆን አለባቸው፤ ኤፌ. 6:18-19
- መንፈስ ቅዱስን የሚታዘዙ መሆን አለባቸው፤ የሐዋ. ሥራ 5:32
- መከራና ስደትን በደስታ የሚቀበሉ መሆን አለባቸው፤ የሐዋ. ሥራ 5:40-42
- የአቢያተ ክርስቲያናት ጉዳይ የሚያሳስባቸው መሆን አለባቸው ፤ 2ኛ ቆሮ. 11:28

- በቃሉና በፀሎት የሚተጉ መሆን አለባቸው ፤ የሐዋ ሥራ ፣ ኤፌ. 6:17-18
- በፅድቅና በቅድስና ላይ የጨከኑ መሆን አለባቸው ፤ ሉቃስ 1:74-75
- በእግዚአብሔር ፊት የሚያሳልፉ መሆን አለባቸው ። ዘፀ. 24:1518

እነዚህ የኃይል ስጦታዎች ለአገልግሎት ሥራ ላይ ሊውሉ የሚችሉት እግዚ አብሔር መንፈስቅዱስ ሲፈቅድ ብቻ ነው። ስጦታው ያለው አማኝ በፈለገ በት ጊዜ በሽታውን የሚፈውስ ቢሆን ኖሮ፣
የሆስፒታል አልጋዎች ባዶ በሆኑ ነበር። ማንኛውም የማቴሪያል ስጦታ ሰዎ ች ሲሰጣቸው ብቻ ነውየተሰጣቸውን ስጦታ በጥቅምና ሥራ ላይ የሚያው ሉት። የመንፈስ ቅዱስ ስጦታዎችም መንፈስ ቅዱስሲሰጠን እንጅ፣ እኛ እን ደፈለግነው ማድረግ እንደማንችል ማወቅ ይጠቅማል። እንድናገለግልበት ይሰጠን እንጂ የባለቤትነት መብት የለንም፡፤ የባለቤትነት መብቱ የእግዚአብሔር መንፈስ ቅዱስ ብቻ ነው፡፡ በመሰረቱ ያመኑትም ሁሉ በበሽተኞች ላይ እጅ በመጫን፣ ፈውስን እንዲለምኑ፣ እንዲሁም በኢየሱስ ስም አጋንንት በማስወጣት ሰዎችን ነጻ እንዲያወጡ፣ ከዚህም በላይ መጸለይም እንደሚችሉ የእግዚአብሄር ቃል ይናገራል፡፡

አንዳንድ ሰዎች ከተፈወሱ በኋላ በሽታው ተመለሰባቸው ሚሉት አባባሎች መጽሐፍ ቅዱሳዊ አይደሉም፡፡ ሁሉም የመጽሐፍ ቅዱስ ድጋፍ ያላቸው

ተዓምራትና ድንቆች የማያዳግሙና ዕውነተኞች ናቸው፡፡ ጌታችን ኢየሱስ ክርስቶስ አጋንንት ከሰዎች ወጥተው ባዶ ሆኖ ቢያገኛቸው፣ ሰባት እጥፍ ሆኖ ተመልሶ ይገባባቸዋል አለ እንጅ፣ የተፈወሰ ው ሰው እንደገና ይታመማል አላለም፡፡ ጌታ ቃሉን ብንታመንና ብንመራበት ይሻላል፡፡ የሰዎች አባባልና ልምምድ ከመጽሐፍ ቅዱስ ዕውነት ከቶም አይበልጡም፡፡

እንግዲህ እነዚህን የኃይል ስጦታዎች ለማጠቃለል፣ በታሪክ ዛሬ ሁሉም አማኛ የተሰጠው ሳይሆን፣ ጌታ መንፈስ ቅዱስ ለአካሉ ጥቅም ለአንዳንዶች የሚሰጠው ስጦታ ነው። ከእነዚህም፣ ሙሴ ውኃውን ወደ ደም ሲቀይር፣ ከድንጋይ ውኃን ሲያወጣ፣ ኢያሱ ፀሐይን ሲያቆም፣ ኤልያስ ከሰማይ እሳት ሲያወርድ፣ ኤልሳዕ ሙታን ሲያስነሣ፣ ሲድራቅና በሚሳቅ በአብዱናጎም በእምነት ወደ እሣት ሲጣሉ፣ ዳንኤል በእምነት በአንበሳ ጉድጓድ ሲጣል፣ ጴጥሮስ ሸባውን ሲያስነሣ፣ ጳውሎስ ጠንቋዩን ሲያሳውር። ስለዚህ የተአምራት ማድረግና የፈውስ የእምነት ይህ ስጦታ ዛሬም በአለም ዙሪያ በየዘመናቱ መንፈስ ቅዱስ ይህን ስጦታ በመስጠት የተጠቀመባቸውና እየተጠቀመባቸውም እንደሆነ ሊታመንበት ይገባል።

እነዚህ ስጦታዎች ሰዎችን የመሳብ ኃይል ስላላቸው፣ ስጦታው ያላቸው ሰዎች እንዳይታበዩና የእግዚአብሔርን ክብር እንዳይጋፉ እጅግ ጥንቃቄ የሚጠይቅ እራስን መግዛት፣ ትህትናን፣ ብዙ በእግዚአብሔር ፊት ማሳለፍን ይኖርባቸዋል።

የመናገር ስጦታዎች

እነዚህ ስጦታዎች ሁለቱን በአዲስ ኪዳን ብቻ የምናያቸው ሲሆን፣ አንዱን ግን በብሉይና በአዲስ ኪዳንም የነበረና አሁንም ያለ ነው። እነዚህ የመናገር ስጦታዎች፣ ትንቢት መናገር፣ በልዩ ልሳን ቋንቋ መናገር፣ በልሳን የተነገረውን መተርጎም ሲሆኑ፣ ልሳንን በተመለከተ በተመጠነ ሁኔታም ቢሆን ከዚህ በፊት በአጭሩ ተብራርቷል፡፡ ስለዚህ በዚህ ክፍል በመጠኑ ተመልክተን የትንቢት ስጦታን በተመለከተ ሰፋ አድርገን አድርገን እንቃኛለን፡፡

እነዚህ ስጦታዎች ከሌሎች ፀጋ ስጦታዎች ይበልጥ ባገራችን ባለው የመንፈስ ቅዱስ እንቅስቃሴ ውስጥ ከፍተኛ ሥፍራ የሚሰጣቸው ስለሆኑ፣ ከሌሎች ስጦታዎች ይልቅ ትኩረት ተሰጥቶባቸው መወያየት ያስፈልጋል፡፡ በልሳን መናገርና በልሳን የተነገረውን መተርጎምን በተመለከተ ሁለቱንም በ1ኛ ቆሮንቶስ ውስጥ በሚገባ በዝርዝር መመሪያ ተሰጥቶባቸው እናገኛለን፡፡ በመንፈስ ቅዱስ አማኞች ዘንድ እነዚህን ስጦታዎች በተመለከተ የተለያየ ትርጉም ይሰጣል፡፡ አንዳንዶች በመንፈስ ቅዱስ የተሞሉ ሁሉ በሚሞሉበት ጊዜ በልሳን አይናገሩም፤ ነገር ግን ስጦታ በመሆኑ የሚሰጣቸው አሉ ይላሉ። ሌሎች ደግሞ በመንፈስ ቅዱስ የሚሞሉ ሁሉ በልሳን መናገር አለባቸው ብለው ይደመድማሉ፡፡ ሆኖም አንዳንዶች በልዩ ልሳኖች የመናገር ስጦታ የሚሰጣቸው ሲሆን ይህም መጀመሪያ በመንፈስ ቅዱስ ሲሞሉ ከሚሰጣቸው ሌላ ነው ይላሉ። አደራረገረ ላይ ወይም በአካሄድ ላይ

ልዩነት ያለ ቢመስልም በዋናው ሃሳብ ላይ ግን ሁለቱም ወገኖች በልሳን መናገር የሚለውን ትምህርት የሚቀበሉ ስለሆኑ ችግር የለውም። አገራችን የመንፈስ ቅዱስ ስጦታዎች ከየትኛውም አገር ይልቅ በሁሉም ቤተ እምነት የተገለጠባት አገር ናት። ይህ መልካም ሆኖ ሳለ ግን በአገራቱ እያመዘነ ይገኛል፡፡ አሁንም ይህ ችግር እንዳለ ነው፡፡ በእኔ ግምት ይህ የአጠቃቀም ግድፈት የተከሰተው ዕውቀት በማጣት ከመረዳት ማነስ እንደሆነ አስባለሁ፡፡ በተረፈ ሆን ተብሎ ለማበላሸትና ሌሎችን ለማሳት የተደረገ ስህተት እንዳልሆነ እገምታለሁ፡፡ በእግዚአብር ቃል ውስጥ የእግዚአብሔር ሰው የሆነው ነቢዩ ሳሙኤል የነቢያት ጉባኤን አደራጅቶ ምሪትና አጠቃቀሙን ያስተምር እንደነበር ይታወቃል፡፡ እንዲሁም ነቢዩ ኤልሳዕ ተመሳሳይ አገልግሎት ይሰጥ እንደነበረ ተጠቅሶአል፡፡ በአዲስ ኪዳንም ቢሆን ሐዋሪያት አገልጋዮችን ከወንጌል ተልዕኮ ጋር በማዘጋጀትና ምሪትን በመስጠት ያገለግሉ እንደነበር መረዳት እንችላለን፡፡ በዚህ መልክ ለጠቀስናቸው ዕውነቶች ማስረጃ ይሆኑ ዘንድ የሚከተሉትን የእግዚአብሔር ቃል ክፍሎች መመልከት እንችላለን፡፡ 1ኛ ሳሙ. 10:5-6 ፣ ምዕ. 19:20 ፣ 1ኛ ነገሥት 2:1-8፣ 1ኛ ቆሮ ምዕ.12-14፤ ስለዚህም በእነዚህ የእግዚአብሔር ቃል መመሪያዎች መሠረት እኛም ለራሳችን መመሪያ አድርገን የምንወስዳቸው ዕውነቶች ሊኖሩ ይገባል ማለት ነው፡፡

የመተርጎም ስጦታ፤

በልሳን የመናገር ስጦታ ለቤተ ክርስቲያን ጥቅም ሊሆን የሚችለው ሲተረጎም ብቻ ነው። ው። በ1ኛ ቆሮ. 14:4 ላይ በልሳን የሚናገር እራሱን

ያንፃል ፡፡ ተብሎ እንደተጻፈ በመንፈስ ቅዱስ በተሞላን ጊዜ የምንቀበለው የልሣን ስጦታ እራሳችንን ለማነፅ ይጠቅማል፡፡ በጉባኤ የሚነገር ልሳን የተፈቀደ ቢሆንም ለጉባኤው መታነጽ ይሆን ዘንድ ሊተረጎም ይገባል፡፡ ልሳኑን የተናገረው ሰው ሊተረጉም ይችላ፡፡ ወይንም ጸጋው ያለው ሌላው ሰው ከጉባኤው ተነስቶ ሊተረጉምና ጉባኤውን ሊያንጽ ይችላል፡፡ ለዚህም ነው ሃዋሪያው ጳውሎስ ሲመክር በልሳን የሚናገር እንዲተረጉም ይፀልይ የሚለው። ዛሬ በአገራችን ይህ የመተርጎም ስጦታ ብዙ ጊዜ ሥራ ላይ ሲውም አይታይም፡፡ ይህም የሚያመለክተው፣ ሰዎች በመንፈስ ቅዱስ ተሞልተው ልሳን ከተናገሩ በኋላ በዚያ ብቻ ስለሚረኩ ትርጉሙን ለማወቅ ጉጉት ስለማይኖራቸው በዛው ደረጃ ሳይድጉ ይቀራሉ፡፡ የእግዚአብሔር ቃል ግን የሚለው «ማደግህ በነገር ሁሉ እንዲገለጥ ይህን አስብ፣ ይህንም አዘውትር » ነው የሚለው፡፤ (1ኛ ጢሞ. 4:15) በተጨማሪም ሃዋሪያው ጴጥሮስ « ነገር ግን በጌታችን በመድሐኒታችን በኢየሱስ ክርስቶስ ፀጋና እውቀት እደጉ። » (2ኛ ጴጥ3:18.) በማለት በፀጋው ማደግ እንዳለብን በብዙ ቦታዎች የእግዚአብሔር ቃል ይመክረናል፡፤

ሐዋሪያው ጳውሎስ እንዲተረጉጎም ይፀልይ ሲል፣ በልሳን የተነገረው መልዕክት ስጦታው ያለው ሰው ሲተረጉመው ራሱም ስለሚታነፅበት ነው። የማይተረጉም ከሆነ ግን፣ ዝም ይበል፡፡ በማለት ሃዋሪያው ጳውሎስ ይመክራል፡፡ ከዚያ ይልቅ በልሳን ከሚናገር ይልቅ በትንቢት የሚናገር ይበልጣል ብሎ ነው ሃዋሪያው የሚገልጸው፡፤ ሐዋሪያው እንደ መንፈስ ቅዱስ ፍቃድ መመሪያን የሚሰጠው ቤተ ክርስቲያን

እንድታድግና እንድትታነጽ በማሰብ ነው፡፡ ምክንያቱም በአግባቡና በዕውቀት ከተጠቀምንበት ማንኛውም የፀጋ ስጦታ ለቤተ ክርስቲያን ጥቅም እንደተሰጠ የእግዚአብሔር ቃል ይነግረናል፡፡ በ1ኛ ቆሮ. 14:26 ላይ « በምት ሰባሰቡበት ጊዜ ለእያንዳንዱ መዝሙር አለው፣ ትምህርት አለው፣ መግለጥ አለው፣ በልሳን መናገር አለው፣ መተርጎም አለው፤ ሁሉም ለማነፅ ይሁን፡፡ » ተብሎ የተጻፈውም ለዚህ ነው፡፡ « በልሳን መናገር አለው፤» የሚለውን በትክክል ልንተረጉመው ይገባል። ይህም የሆነበት ምክንያት በጉባኤ መካከል መልእክት ስለሚሆን ነው። ይህም በግል ከጌታ ጋር ከምንፀልይበትና ከምናመልክበት የተለየ መሆን አለበት ማለት ነው። ይህም በልሳን ከተናገረ በኋላ የሚተረጉመው መልእክቱን ለጉባኤው ይናገራል፤ ትርጉሙ በሚሰጥበት ጊዜ፣ ጉባኤው መታነፅ ብቻ ሳይሆን ችግሩ የሚፈታለት ፀሎቱ የሚመለስለትም ሊሆን ይችላል።

በልሳን የሚናገሩ ሰዎች በዓለም ውስጥ በሚገኙ ቋንቋ እንደሚናገሩ መረዳት ይኖርብናል፤ ይህም በበዓለ ሃምሳ ቀን በሚገባ ተገልጧል። በየሐዋሪያት ሥራ 2:6 ላይ « እያንዳንዱም በገዛ ቋንቋው ሲናገር ይሰማ ስለነበር የሚሉትን አጡ።» ተብሎ የተገለጸው ይህንን ዕውነት በሚገባ አጽንዖት ሲሰጥ ነው፡፡ ዛሬም ይህን የመሰለ ሁኔታ በብዙ ቦታ ተከስቶአል፡፡ ነቢይ ሩት ሕይሊን ወደ ጌታ ከመሄዷ በፊት « ግሎሪ ቱ ግሎሪ» በሚለው መፅሐፏ ላይ እንደገለጸችው እንደዚሁም በቃል በሰጠችው ምስክርነት እንደተረከችው ፣ ራሺያ አገር ጌታ ልኳት ከአውሮፕላን ወርዳ በአውቶቢስ ስት ሄድ በልሳን ስትናገር በቋንቋቸው ሰምተዋት አንዱ ጌታን ተቀብሎ የሄደችበት ተልኮ እስከምትጨርስ

አብሯት በመሆን በአስተርጓሚነት እንዳገለገላት ገልጻለች፡፡ እኛ እንደሚገባ ሰምተንና ታዘን የምንሄድ ከሆነ መንፈሳዊ ስጦታዎችም ፣ በልዩ ቋንቋ የመናገር ስጦታ የተሰጠን ለጥቅም ነው። በመተርጎም ስጦታ አማካኝነት የተገኘ ፍሬ ባይሆንም በልሳን ብቻ በተሰጠ መልእክት ራሺያዊው በሩት ሐይሊን አገልግሎት ጌታን ሊቀበልና በአገልግሎትዋን ሊረዳት ችሏል፡፡

ልሳንን እንዴት እንተረጉማለን?

ከሁሉ በፊት ማወቅና መገንዘብ የሚኖርብን፣ የመተርጎም ስጦታን ከእግዚአብሔር መንፈስ ቅዱስ የተቀበለው ሰው በፈለገው ጊዜ ወይም ሰዎች በልሳን በተናገሩ ጊዜ ስጦታው ስላለው ብቻ እንደፈለገው ተነስቶ መናገር የለበትም፡፡ መንፈስ ቅዱስ ስጦታው ላለው ወንድም ትርጉምን መግለጥ ሲሰጠው እንጅ። ስለ ልሳን መተርጎም አንዱና ዋናው ልናውቅ የሚገባን የስጦታው ባለቤት መንፈስ ቅዱስ ሲሰጠን ብቻ እንደሆነ ነው። ለመሆኑ ስጦታው ወዳለው ሰው እንዴት ይመጣል፡፡ ሚከተሉትን መርሖዎች ልብ እንበል፡-

- በልሳናት የተናገርነውን መተርጎም ማለት፣ በአማርኛ የተናገርነውን ወደ ጣሊያንኛ ለውጦ መተርጎም ማለት አይደለም።
- ስጦታው ወደ አለው አማኝ ትርጉሙ በመንፈስና በልቡ ይፈሳል፣ በመንፈስ ቅዱስ ይሰጠዋል፤ የመጀመሪያው አራትም አምስትም ቃላት ብቻ ሊሰጠው ይችላል። በእዚያን ጊዜ የተሰጠውን በእምነት ተሞልቶ ይናገራል።

ቀጣዩ መልእክትም በመንፈሱ ላይ መፍሰስ ይጀምራል። አንዘንጋ መንፈስ እንደተሰጣቸው ይላል እንጅ የሰዎች አሳብና እውቀት አይልም።

- በትንቢትም ሆነ በመተርጎም ስጦታ መጠንቀቅ ያለብን ከእምነት ጋር መንፈስ ቅዱስም ለመንፈሳችን ሲነገረንና ሲያፈስልን ነው።
- አንዳንድ ጊዜ ልሳኑ ከመናገሩ በፊት ትርጉሙ ስጦታው ላለው ሰው ቀድሞ ሊሰጠው ይችላል፤ ምክኒያቱም የስጦታው ባለቤት መንፈስ ቅዱስ ስለሆነ ነው።
- አንዳንድ ጊዜ ደግሞ በልሳን የተነገረው አጭር ሆኖ ትርጉሙ ረጅም ሊሆን ይችላል፤ ይህም የሚሆነው ተርጓሚው ሲተረጎም ተጨማሪ በመንፈስ ቅዱስ መነዳት ሊሰጠው ይችላል።
- እንዲሁም ስጦታው ያላቸው ሁሉ ለአእምሮአቸው ትርጉም እንዳይሰጡ መጠንቀቅ መለየት አለባቸው።
- መንፈስ ቅዱስ መግለጡንና ፍቹን የሚሰጠው፤ ለመንፈሳችን እንጅ ለአእምሮአችን አይደለም ። ስለዚህ አእምሮ፣ ስሜት፣ ፍቃዳችን በነፍስ ውስጥ አይደለም። መንፈስ ቅዱስ ግን፣ ለመንፈሳችን ይናገርና በእምነት የተቀበልነውን በታማኝነትና በታዛዥነት እናስተላልፋለን።

እነዚህ ሰባት ነጥቦች ብቻ ሳይሆን፣ መንፈስ ቅዱስ ሊገልጣቸው የሚችል ብዙ አዳዲስ መገለጦችን ሊሰጥ ይችላል።
የትርጉም ስጦታ አላማው ከትንቢት ስጦታ ብዙም የተለየ አይደለም። ትርጉሙ ቤተ ክርስቲያን አካሉን ለማነፅ ስለሆነ፣ የሁለቱም ስጦታዎች ለማነፅ ፣ ለመምከር፣ ለመምራትና ለማቅናት፣ የሚሰጡ ናቸው። ትርጉምም ሆነ ትንቢት በጉባኤ መሃል ሲነገር ሁለትመወ ይሁኑ ሶስት በየተራ እንዲናገሩ ነው የእግዚአብሔር ቃል የሚያዝዘው፡፡ አለበለዚያ ሁከት ብቻ ይሆናል፡፡ (1ኛ ቆሮ. 14:26)።

ብዙ ጊዜ መንፈስ ቅዱስ በወጣቱ ትውልድ በኃይል ሲጠቀም ሲንቀሳቀስ በታሪክም ሆነ ዛሬ በዘመናችን ይታያል። ይህም ሁነታ ከዕድሜ ያለመብሰል ተጽዕኖና በቃሉም ሆነ በጸሎት ካለማደግ የተነሳ የአጠቃቀምና የአገልግሎት ግድፈቶች ይስተዋላሉ፡፡ በመሠረቱ እነዚህ ወጣቶች በጌታ ፍቅር በመንፈስ ቅዱስ ተሞልተው ከማየት የሚበልጥ ነገር የለም። ቢሆንም፣ እጅግ ስለሚጣደፉና ስለሚቸኩሉ በዛው ልክ ብዙ ጉዳት ይደርሳል፡፡ ለዚህም ነው ልምዱ ያላቸው ሰዎች ትምህርትና መመሪያ የመስጠት ሃላፊነት የሚኖርባቸው፡፡ ስጦታ ያላቸው ቢያጠፉም፣ መሪዎች በትምህርትና በትግስት መያዝና ማስተካከል አለባቸው። ስጦታው ፍፁም ተጠቃሚዎቹ ፍጹም እንዳልሆኑ መረዳት ይኖርብናል፡፡

ትንቢት የመናገር ስጦታ።

የትንቢት ስጦታ ለቤተ ክርስቲያን እጅግ አስፈላጊና ጠቃሚ ነው። ሐዋሪያው ጳውሎስ 1ኛ ቆሮ. 14 ላይ ከየትኛውም ስጦታ ይልቅ ስለ ትንቢት ስጦታ ይናገራል ። እንዲህ በማለት፡- « ፍቅርን ተከታተሉ፣ መንፈሳዊ ስጦታንም ይልቁንም ትንቢት መናገርን በብርቱ ፈልጉ። መንፈሳዊ ስጦታን በብርቱ የምትፈልጉ ከሆናችሁ፣ ቤተ ክርስቲያን ለማነፅ እንዲበዛላችሁ ፈልጉ፤ ስለዚህ፣ ወንድሞች ሆይ ትንቢት ለመናገር በብርቱ ፈልጉ፤ » ብሎ ይመከራል። ሐዋሪያው በመንፈስ ቅዱስ አሳሳቢነት እንደዚህ በመሳሰሉት ጥቅሶች አማኞች ሁሉ የሚፈልጉ ከሆነ፣ ትንቢት የመናገርን ስጦታ በብርቱ እንዲፈልጉ አፅንኦት በመስጠት ይመከራል። ቤተ ክርስቲያንንም ለማነፅም እንዲፀልይ ያሳስባል።

ስለ ስጦታው አስፈላጊነት በመግቢያችን በእግዚአብሔር ቃል የተገለፀውን ካየን ታዲያ ትንቢት ምንድነው ? በኢዮብ 33:14 ላይ «እግዚአብሔር በአንድም መንገድ፣ በሌላም ይናገራል፤ ሰው ግን፣ አያስተውልም» ይላል። ስለዚህ ትንቢት እግዚአብሔር ስጦታውን በሰጣቸው አገልጋዮች አንደበታቸውን ተጠቅሞ የልቡን ሐሳብ የሚያስተላልፍበት ነው። ለዚህም ዕውነት ነቢዩ አሞጽን እንደ አብነት መጥቀስ እንችላለን። ትንቢት እግዚአብሔር ስለ ራሱ ምስክር የሚሰጥበትና የሚገለጥበት መንገድ ነው። ይህም በመሆኑ፣ በብሉይ ኪዳንም ሆነ በአዲስ ኪዳን የእግዚአብሔር መንፈስ በሰዎች ላይ በመውረድ ተገልጦአል። ለምሣሌ ከእግዚአብሔር

ቃል ላይ በዘኍ. 11:26፣ በ 1ኛ ሳሙ. 10:10፣ በሕዝቅ. 2:1-2፣ 11:1 መመልከትና ዕውነትነቱን ማረጋገጥ እንችላለን፡፡ በተጨማሪም "የኢየሱስ ምስክር የትንቢት መንፈስ ነውና አለኝ" ራእይ 19:10፣ ስዘሚል፡ እግዚአብሔር እራሱን የሚገልጥበት አንዱ መንገድ ነው። በ1ኛ ጴጥ. 1:20-21 ላይ "ይህን በመጀመሪያ እወቁ፤ በመጽሐፍ ያለውን ትንቢት ሁሉ ማንም ለገዛ ራሱ ሊተረጉም አልተፈቀደም፤ ትንቢት ከቶ በሰው ፈቃድ አልመጣምና፥ ዳሩ ግን በእግዚአብሔር ተልከው ቅዱሳን ሰዎች በመንፈስ ቅዱስ ተነድተው ተናገሩት" የሚለው አገላለጽ የትንቢትን ምንጭና ምንነትን በሚገባ ያሳየናል፡ ፡ ሆኖም በእግዚአብሔር ቃል ላይ የተፃፉትን ትንቢቶችና ዛሬ ከዕለት ተዕለት ኑሮአችን ጋር ተያይዘው የሚነገሩትን ትንቢቶች ለይተን ማየት ይኖርብናል፡፡ ምክንያቱም በእግዚአብሔር ቃል ላይ የሰፈሩት ትንቢቶች ሁሉ ዛሬ ከሚነገሩት በዓላማቸውም በተልዕኮአቸውም ስለሚለዩ ነው፡፡ ይኸውም፡-

- ✓ በእግዚአብሔር ቃል ላይ የሰፈሩት ትንቢቶች ሁሉ ልንመረምረውና ልንፈትነው አንችልም፤ ምክኒያቱም ተፈትኖና ነጥሮ ያለፈ የነጠረ የእግዚአብሔር ቃል ስለሆነ ነው።
- ✓ እያንዳንዱ አማኝ ዳግም ተወልዶ የመንፈስ ቅዱስ ማደሪያ የሆነው ሁሉ በእግዚአብሔር ቃል በተሰጠው መብት

መሰረት ዛሬ የሚነገሩትን ትንቢቶች መመርመር፣ መፈተን መብቱና ግዴታው ነው።

✓ እነዚህ በዘመናችን የሚሰጡትን ትንቢቶች መርምረንና ፈትነን እንደ እግዚአብሔር ቃል የሆነውን ሁሉ ልንጠብቀውና ልንቀበለው ይገባል። አንዳንድ ቤተ እምነቶች ትንቢት የሚለውን ቃል ስብከት ማለት ነው ይላሉ፤ ይህም አባባል ትክክል አይደለም። ምክንያቱም በብሉይ ኪዳን ሆነ አዲስ ኪዳን ስብከት አዘጋጅቶ የተነበየ፣ ትንቢት የተናገረ የለምና የተሳሳተ አባባል ነው። ትንቢት ተናጋሪው እንኳ በአእምሮው አስቦ የሚናገረው መልዕክት አይደለም። መንፈስ ቅዱስ ስጦታው ወዳለው በመንፈስ የሚያፈሰውና በመንፈስ ቅዱስ ተነድቶ የሚያስተላልፈው እንጅ። የትንቢት መልእክቱን የሚያስተላልፈው ሰው እራሱም የእርሱ ሐሳብ ስላልሆነ የሚደነቅበት እንደሆነ ልናውቅና ልንረዳው ይገባል።

ስለ ትንቢት ስጦታ ከተነጋገርን ሌላው ሳናነሳው የማናልፈው የሚሰጠውን ጥቅም ነው። መቼም ትንቢት ሲባል ወደ አእምሮአችን የሚመጣው የወደፊቱን መግለፅ የሚል ሐሳብ ነው። በብሉይ ኪዳን ብዙውን ጊዜ ይህን የመሰለ ቢሆንም፣ ወደ አዲስ ኪዳን ስንመጣ ግን ሰፋ ያለ ትርጉምና አገልግሎት እንዳለው እናስተውላለን። ከአዲስ ኪዳን ሰፋ ያለ መልእክቶችን በመንፈስ ቅዱስ መሪነት ከፃፈልን ሐዋሪያት መካከል አንዱ ሃዋሪያው

ጳውሎስ ነው። ስለዚህም እራሱ ስለ ትንቢት ምንነት ሲናገር፣ ትንቢት የሚናገር ግን ለማነፅና ለመምከር ለማፅናናት ለሰው ይናገራል ይላል። ልሳን አማኙ ለእግዚአብሔር እንዲናገር ሲሆን፣ ትንቢት ግን ለአካሉ ለቤተ ክርስቲያን ይናገራል። ይላል፡፡ ስለዚህ የትንቢትን ስጦታ በተመለከተ ከተናገርን መልዕክቱንስ እንዴት ተቀብለን ማስተላለፍ ይኖርብናለክ የሚለውን ጥያቄም ልንመልሰው የሚገባው ጥያቄ ነው፡፡

ትንቢትን እንዴት መቀበልና መናገር አለብን?

ይህ ትልቅና መሰረታዊ የሆነውን ሐሳብ እንደ እግዚአብሔር ቃልና መንፈስ እንደዚሁም በስጦታው ውስጥ አልፈው ካገኙት ልምምድ በመነሳት ትምህርትና መመሪያ በማዘጋጀት ለሌሎች በማስተማርና በመምከር ከአጠቃቀም ግድፈትና ስህተት ሊጠብቁአቸው ይገባል፡ ፡ ሃዋሪያው ጳውሎስ የቆሮንቶስ ሰዎች ከሰሩት ግድፈት በመነሳት መስተካከል በሚያስፈልጋቸው መንገድ ከእግዚአብሔር መንፈስ ቅዱስ ባገኘው መገለጥና ከራሱም ልምምድ ጭምር በመነሳት አገልግሎታቸውን እንዲያስተካክሉና በአግባቡ ስጦታውን እንዲጠቀሙ በዝርዝር በማስረዳት መክሮአቸዋል፡፡ የሚያሳዝነው በእግዚአብሔር ቤት ብዙ ዘመን የቆዩ ግን የመንፈስ ቅዱስ ስጦታን ያልተለማመዱና ወይም የሌላቸው ወገኖች ስጦታው ያለቸውን ወገኖች በአነጋገርም ሆነ በአመለካከት ሲጎዱና የሰዎችን መንፈሳዊ ጥማትና መሻትንም ሲያጠፉ ይታያል፡፡ መፍትሔዉ እንደ እግዚአብሔር ቃል በተለይም ይህንን በተመለከተ ሃዋሪያው

ጳውሎስ በቆሮንቶስ መልዕክቶቹ ላይ በዝርዝር የሰጠውን መመሪያ መመልከትና በዛ መሠረት ስጦታውን ተግባራዊ ለማድረግ ለመታዘዝ መሞከር ብቻ ነው፡፡ በአንድ ቤተ ክርስቲያን ብዙ ስጦታ ያላቸው አማኞች ሊኖሩ ይችላሉ፡፡ በዚያው መጠን ደግሞ የሚመጣው ትንቢት ሁሉ እንደ እግዚአብሔር ቃል ካልቀረበ ብዙ ትርምስና አለመደማመጥ ሊፈጠር ይችላል። በተለይም ስጦታው ያላቸው ወገኖች ተለማማጆች ከሆኑ ኃይለኛ ድምፅም ስለሚጨምሩበት ለአካሉና ለጉባኤው መልእክት ከመተላለፍ ይልቅ ሁከት ብቻ ይሆናል፡፡ ስለዚህ ትንቢት ስንናገር፣ በኢየሱስ ክርስቶስ ስም አጋንንት ስናስወጣና ስናዝ ጩኸቱ ሳይሆን፣ መልእክቱ እንዲሰማ ስለሚያስፈልግ ሁሉን ነገር በአግባቡና በሥርአቱ ለማድረግ መጠንቀቅ ይኖርብናል ማለት ነው፡፡ ማወቅ የሚገባን ዋናው ቁም ነገር አጋንንቱን እንዲወጣ ስናዘው የሚያስወጣው ጩኸታችን ሳይሆን፣ የኢየሱስ ስምና ስልጣን መሆኑን ነው፡፡ በጩኸትማ ቢሆን፣ የአስቄዋ ልጆች አጋንንቱ በታዘዘላቸው ነበር፣ እንዳውም አበረራቸው እንጅ። (የሐዋሪያት ሥራ 19:13-16)

ስለሆነም ትንቢት በመጮኽ ሳይሆን መንፈስ ቅዱስን በመንፈሳችን አድምጠን እንደ እግዚአብሔር ቃል መልእክትን ማስተላለህ አለብን፡፡ ስጦታው ፍፁም ቢሆንም፣ እኛ መልእክቱን የምናስተላልፈው ሰዎች ግን ስሕተት ስለምንሰራ መጠንቀቅ ይኖርብናል፡፡ አለበለዚያ ሰዎች የተሳሳተ አቀራረብና ግድፈት

በማየት ስለ ትንቢት ያላቸው አመለካከት ዝቅተኛ ይሆናል። ስለዚህ የትንቢ እነዚህ ናቸው፡፡

❖ **የእግዚአብሔር የአምላካችን ቃል ከሁሉ በላይ እንደሆነ ማመንና ማወቅ።** (ማቴ. 24:35)
የትኛውም ስጦታ ያለው አማኝ ማወቅ ያለበት የእግዚአብሔር ቃል የነጠረና ሁሉን የሚመረምርና የሚፈጽም የበላይ ባለስልጣን መሆኑን ነው፡፡ መዝሙር 119:89 እንዲሁም 2ኛ ጴጥ. 1:19 "ከእርሱም ይልቅ እጅግ የፀና የትንቢት ቃል አለን" ይላል። ኢሳ. 34:16፣ ራእይ 1:3፣ የትንቢት መልእክት የተቀበሉት ሁሉ ሕይወታቸው የሚመራው በቃሉና በመንፈሱ እንደነበር ተፅፎልናል።

የነቢያት አንዱ ትልቁ ታማኝነታቸው ለቃሉና ለተቀበሉት መልእክት ስለነበር በነቢዩ ኤርሚያስ አፍ የተናገረውን ሰባውን አመት እንዴት መፃሕፍትን ይመረምሩ እንደነበር ተገልጾአል፡፡ በዚህም መሠረት ሐዋሪያው ጴጥሮስም በ1ኛ ጴጥ. 1:10 ላይ « ትንቢት የተናገሩት ነቢያት ስለዚህ መዳን ተግተው እየፈለጉ መረመሩት» ያለውም ለዚህ ነው፡፡ ። መመርመር ማለት የተነገረው ትንቢት እንደ እግዚአብሔር ቃል ነው

ወይስ ከሰው አእምሮና አሳብ ነው የሚለውን በእግዚአብሔር ቃል መመዘን ማለት ነው፡፡ አንዳንዶች ትንቢታቸው ሆነ መገለጣቸው እንደ እግዚአብሔር ቃል ይመርመር ሲባል ይከፉቸዋል፣ ፍተሻን የሚፈራ ሌባና ውሸታም ብቻ ነው። ሁል ጊዜ ሃሌ ሉያ እንዲባልላቸው በጩኸትና በማያስተውሉ ሴቶች እልልታ እንዲታጀብላቸው ይፈልጋሉ። ይህ አይነት አካሄድና አመለካከት የግል ሕይወታችንን ሊጎዳ ስለሚችል መታረምና መፈተሽ ይገባል፡፡ መልእከተኛ መልእክቱን በትክክል ከተቀበለ መልእክቱን ማድረሱን ብቻ እርግጠኛ መሆን አለበት። ኢየሱስም ከሞት ከተነሳ በኋላ ከነቢያት መዝሙራትም ስለ እኔም የተፃፈው ሁሉ ይፈፀም ዘንድ ይገባል ብዬ የነገርኋችሁ ቃሌ ይህ ነው አላቸው። ሉቃስ 24:44-45፣ ትንቢቶችንም ሆነ መገለጦችን እንደ እግዚአብሔር ቃል እንድንመረምርና እንድንፈትን የእግዚአብሔር ቃል ያዛል። 1ኛ ተሰ. 5:19፣ በተጨማሪም 1ኛ ቆሮ. 14:29፣ እንዲሁም 1ኛ ዮሐንስ 4:1፣ ምክንያቱም የእግዚአብሔር ቃል ከመገለጥና ከትንቢትም በላይ ነው።

❖ እግዚአብሔር የሰጠንን ብቻ መናገር

አንዳንድ ሰዎች ሲተነብዩ ለረጅም ጊዜ መተንበይ እንዳለባቸው ያስባሉ። ከእግዚአብሔር ቃል እንደምናነበው፣ ነቢያት እግዚአብሔር ከሰጣቸው አላሳነሱም፣ እንዲሁም አልጨመሩም፤ የተሰጣቸውን በታማኝነትና በታዛዥነት ፈፀሙ እንጅ። የእግዚአብሔርን መልእክት የምንሰማው እረጅም የሚመስል የትንቢት መልእክት ስለተናገርንም አይደለም። የእግዚአብሔር መንፈስ ቅዱስ ለመንፈሳችን የሚሰጠንን ትክክለኛ መልእክት በማስተላለፍ እንጅ። ሰዎች ለትንቢታቸው መርዘም ሁለት ወይም ሦስት አይነት ችግር ይኖራል።

1. አንዱን ሐሳብ መደጋገም ሲናገሩት፣
2. መልእክቱን እንደተቀበሉት ከአእምሮአቸው ሲጨምሩበት።
3. የእግዚአብሔር መንፈስ ሳይላቸው ደግመው ስለሚናገሩ ነው፡፡

ከሁሉም በላይ መልእክት የሚቀበሉት ስጦታው ያላቸው ሁሉ መንፈስ ቅዱስ መልእክቱን ወደ እነርሱ ይዞ ሲመጣ፣ ነፍስና መንፈሳችንን ሁሉ

እስኪታወቃቸው ድረስ የእግዚአብሔር ኃይል ይወርሳቸዋል፡፡ መልእክቱን ተቀብለው ተናግረው ሲንጨርሱ የድምጻቸው ቃና (ቶን) ሁሉ ይለወጣል። ከመልእክቱ በኋላ ሰውየው ንግግሩና የድምጹ ቃና ወደነበረበት ይመለሳል፡፡

ሌላው ችግር ደግሞ ትንቢት ከተናገርን በኋላ ልሳን ስንጨምርበትና ሰዎች የትንቢቱን ቃል በትክክል ሰምተው እንዳይጠብቁትና እንዳይመረምሩት እንቅፋት ሊሆንባቸው ይችላል። ነቢዩ ሚክያስ፣ 2ኛ ዜና 18:13 "ሕያው እግዚአብሔርን፡- አምላኬ የሚለውን እርሱን እናገራለሁ" ይላል። እኛም በታማኝነት ለመንፈስ ቅዱስ በመታዘዝ ከእርሱም ጋር ሕብረት በማድረግ የተሰጠንን የትንቢት መልዕት ማስተላለፍ እንድንችል መንፈስ ቅዱስ ይርዳን፡፡

❖ **የትንቢትን መልእክት በትክክል ሳይሰሙ ማስተላለፍና መናገር ያለው ችግር ነው።**

የእግዚአብሔር ቃል ቃሌ ያለበት ቃሌን ይናገር ይላል። አንዳንዶች ሙሉ መንፈስ ቅዱስ መልእክት ተቀብለን ሳንጨርስ ከእግዚአብሔር የሰሙትን አንድ አረፍተ ነገር ይዘው ሌላውን

የራሳቸውን ሐሳብ በመናገር ይጨርሱታል። እዚህ ላይ ትልቁ ጥንቃቄ ሁላችንም በልጅነት ወይም ባለማስተዋል የተሳሳትንበትን አርመን መንፈስ ቅዱስን በትክክል ሰምተን እንድናስተላልፍ በቃሉና በፀሎት በምስጋናና በአምልኮ ሕይወት ሕልውና እንዲሰማን ያስፈልጋል፡፡ የሰዎችን ማንነት ተመልክተን ትንቢትና መልእክት እንዳንሰጥ ማስጠንቀቂያ የእግዚአብሔር ቃል ይነግረናል። በእግዚአብሔር ቃል ላይ እንደተተረከው የእስራኤል ነቢያት ከንጉሱ የነሚደረግላቸው የድርጎ ጥቅም እንዳይቀርባቸው የሐሰት መልእክት ሲያስተላልፉ የሐሰት መንፈስ እንደተላከባቸው እናስታውሳለን፡፡ እኛም እግዚአብሔር የሰጠንን ሃሳብ በታማኝነት እናስተላልፍ እንጅ በጥቅምና የሰዎችን ፊት በማየት እንዳንተነብይ መጠንቀቅ አለብን። መልእክቱን የሚሰጠን እግዚአብሔር መንፈስ ቅዱስ ከፈጣሪነቱ ይልቅ ከፍጡር ዝቅ አድርገን እንዳናስብ እንጠንቀቅ፤ መንፈስ ቅዱስ ፍቃዱን አስደራጊ እንጅ፣ ፍቃዳችንን የሚያደርግና ሐሳባችንን ተከትሎ የሚያረጋግጥ እንዳልሆነ ልናውቅ ይገባል፡፡

❖ **በአእምሮአችንና በሐሳባችን የመጣውን ሁሉ በትንቢት መልክ እንዳንናገር መጠንቀቅ።**

ተደጋግሞ እንደተገለጠው የትንቢት መልእክት መንፈስ ቅዱስ መንፈሳችንን በቁጥጥር ሥር አድርጎት በመነዳት የምናስተላልፈው እንጅ በአእምሮና በሐሳባችን የመጣውን የሰውንም ሆነ የሰይጣን መልእክት ለጉባኤም ሆነ ለግል የምናስተላልፍበት አይደለም። የአእምሮና የስሜት ፍቃዳችን በመንፈስ ቅዱስ እስካልተገዛ ድረስ በነፍስ ውስጥ የሚመላለስና የሚከሰት እንጅ በመንፈስ ውስጥ አይደለም።

1. ወደ ኋላዬ ሂድ፥ አንተ ሰይጣን፤ የሰውን እንጂ የእግዚአብሔርን አታስብምና ዕንቅፋት ሆነህብኛል አለው። (ማቴ. 16:23)
2. ሐዋሪያው ጳውሎስ፣ በልሳን ብጸልይ መንፈሴ ይጸልያል አእምሮዬ ግን ያለ ፍሬ ነው። (1ኛ ቆሮ. 14:14)
3. ነቢዩ ሕዝቅኤል፣ የእግዚአብሔርም ቃል ወደ እኔ እንዲህ ሲል መጣ። የሰው ልጅ ሆይ፥ ትንቢት በሚናገሩ በእስራኤል ነቢያት ላይ ትንቢት ተናገር፥

> ከገዛ ልባቸውም ትንቢት የሚናገሩትን። የእግዚአብሔርን ቃል ስሙ በላቸው፤ ጌታ እግዚአብሔር እንዲህ ይላል። ምንምን ሳያዩ የገዛ መንፈሳቸውን ለሚከተሉ ለሰነፎች ነቢያት ወዮላቸው፦ እስራኤል ሆይ፥ ነቢያጥ በምድረ በዳ እንደሚኖሩ ቀበሮች ናቸው። ወደ ተሰበረው ቅጥር አልወጣችሁም፥ በእግዚአብሔርም ቀን በሰልፍ ትቆሙ ዘንድ ለእስራኤል ቤት ቅጥር አልሠራችሁም። እግዚአብሔር ሳይልካቸው። እግዚአብሔር ይላል የሚሉ ሰዎች ከንቱ ነገርንና ውሸተኛ ምዋርትን አይተዋል፤ ቃሉም ይጠና ዘንድ ተስፋ አስደርገዋል።እኔም ሳልናገር። እግዚአብሔር እንዲህ ብሎአል ስትሉ፥ ከንቱ ራእይን ያያችሁ ውሸተኛንም ምዋርት የተናገራችሁ አይደላችሁምን፤ (ሕዝ. 13፡1-7)

ከዚህ በላይ የተመለከትናቸው ከእግዚአብሔር ቃል የተወሰዱት ክፍሎች ከራሳችን ሐሳብና አእምሮ ተነስተን ትንቢትና መገለጥ እንዳንሰጥ እንድንጠነቀቅ

መመሪያ እንዲሆነን ነው። የመጣልንን አእምሮና የራሳችን መንፈስና ስሜት የሚለንን የምናስተላልፍ ከሆነ፣ እውነተኛ የሆነውን የመንፈስ ቅዱስ መገለጥና ትንቢት ልምምድ ውስጥ ልንገባ አንችልም። እንዲያውም ወደ ተሳሳተ የመንፈስ አሰራር ውስጥ እንዳንገባ ያሰጋናል፡፡ ከትንቢትም ሆነ ከመገለጡም በላይ ክርስቶስ የሰጠንን የዘላለም ሕይወት በጥንቃቄና በማስተዋል ልንይዝ ይገባናል። የእግዚአብሔር ቃልም መዳናችሁን ቸል አትበሉ የሚለንም ለእዚሁ ነው።

❖ ስጦታውን ለግል ጉዳይ አለመጠቀም።

ስጦታዎች ሁሉ የተሰጡበት ዋናው አላማው ለቤተ ክርስቲያንና ለአካሉ ጥቅም እንደሆነ በእግዚአብሔር ቃል በግልጥ ተቀምጦልናል፡፡ አልፎ አልፎ የሚታየው ስሕተት ስጦታውን ለግል ጉዳይ መጠቀሚያ አድርጎ መውሰዱ እንደሆነ ሚካድ አይደለም፡፡ ስለ ትዳር፣ ስለ ገንዘብ የሚነገሩት ትንቢቶች ሁሉ ከሰው አእምሮ የመጡ እንጅ፣ ከእግዚአብሔር ቃል ላይ ተወስደው እንዳልሆነ ልናውቅ ይገባል፡፡ ስለ ገንዘብና ሚስት ስለማግባት እግዚአብሔር የላከው ነቢይ ከመፅሐፍ ቅዱሳችን ማስረጃ ልንፈልግለት አይከጅለንም፡፡ ምን አልባት

መልእክቱን በግል ተቀብለው ለኢንፎርሜሽን ካልሆነ በስተቀር፣ ገንዘብንና ትዳርን በሚመለከት በግልጥ እንደ መመሪያ የተፃፈልን ነገር የለም።

ስለዚህ የትንቢትን ስጦታ በግል ጉዳይ ላይ እንዳንጠቀም መጠንቀቅ ይኖርብናል ፡፡ ምክንያቱም፣ ትንቢት በልባችን የተገለጠውን ለማረጋገጥ ሊነገር ይችላል። ይህንም በእግዚአብሔር ቃል ግልጥ ሆኖ የሚታይ እንደሆነ ለማስረጃ የሐዋ ሥራ 13:2 ያለው። “በርናባስንና ሳውልን ለጠራኋቸው ሥራ ለዩልኝ” መመልከት እንችላለን፡፡ በመሠረቱ መልእክቱ ለበርናባስና ለሳዖል እንግዳ ነገር አልነበረም፤ ለተጠሩበት ጥሪ ማረጋገጫ ነበር እንጅ። የእግዚአብሔርን ፍቃድ የምንለየው በትንቢት ስጦታ ሳይሆን፣ 1ኛ ተሰ. 4:3፣ የእግዚአብሔር ፈቃድ እርሱም መቀደሳችሁ ነውና፤ ይላል። እንዲሁም፣ ምሳሌ 16:1፣ የልብ መዘጋጀት ከሰው ነው፤ የምላስ መልስ ግን ከእግዚአብሔር ዘንድ ነው ። በፆምና በፀሎት የእግዚአብሔርን ፊት ፊት በመፈለግ ዕዝራ 8:21-23፤ የትንቢትና መገለጥ ስጦታ ያላቸውን እየተከተልንና እየጠራን ትንቢት እንዲናገሩልን ከምንፈልግ ይልቅ እግዚአብሔርን በቃሉና በፀሎት ብንጠይቀው ምሪትንና ፍቃዱን ይገልጥልናል።

እግዚአብሔር በቃሉ በኤርሚያስ 29:11-13 የተፃፈውን፣ በሮሜ 8:14 እንዲሁም ዮሐንስ 14:21 እነዚህ ጥቅሶች ማንን መጠየቅና ወደ ማን መፀለይና መለመን እንዳለብን በግልጽ ያስረዳናል።

❖ ፍርድ የተሞላበት ትንቢት ከእግዚአብሔር አይደለም።

በአዲስ ኪዳን የክርስቶስ ኢየሱስ ሞትና ትንሳኤ የደሙ መፍሰስ የኃጢያትን ስርየትና ፀጋን ይዞልን ስለመጣ፣ የአዲስ ኪዳን ትንቢቶች በግልጥ ምን መሆን እንዳለበት ተፅፎልናል። ትንቢት ለቤተ ክርስቲያን ለማነፅ፣ ለማቅናት፣ ለመገሰጽና ለማረጋገጥ ይሰጣል ይላል። ምክኒያቱም በሮሜ በክርስቶስ ኢየሱስ ላሉት ኩነኔ የለባቸውም ይላል፤ መገሰጽ፣ እንዳልኩት በተግሳጽ ቢጀምር እንኳ የሚጨርሰው በማፅናናት መሆን ይኖርበታል። ኤርሚያስ 1:9-10 “እግዚአብሔርም እጁን ዘርግቶ አፌን ዳሰሰ፥ እግዚአብሔርም። እነሆ፥ ቃሌን በአፍህ ውስጥ አኑሬአለሁ፤ እነሆ። ትነቅልና ታፈርስ ዘንድ፥ ታጠፋና ትገለብጥ ዘንድ፥ ትሠራና ትተክል ዘንድ በአሕዛብና

በመንግሥታት ላይ ዛሬ አድርጌሃለሁ” አለው። እንዲሁም በሆሴህ 6:1-2 “ኑ፥ ወደ እግዚአብሔር እንመለስ፤ እርሱ ሰብሮናልና፥ እርሱም ይፈውሰናል፤ እርሱ መትቶናል፥ እርሱም ይጠግነናል። ከሁለት ቀን በኋላ ያድነናል፤ በሦስተኛውም ቀን ያስነሣናል፥ በፊቱም በሕይወት እንኖራለን።” ይላል። የእስራኤል ሕዝብ ንጉስ በመለመን እግዚአብሔርን በበደሉት ጊዜ ነቢዩ ሳሙኤል ሕዝቡን ከገሰፀ በኋላ፣ ይህንን ሁሉ ክፉ ነገር አድርጋችሁ አሁንም ወደ እርሱ ተመለሱ፣ እርሱም ስለ ታላቅ ስሙ ሕዝቡን አይጥልም በማለት እንደፀለየላቸውም ሲነግራቸው እናያለን። (1ኛ ሳሙ. 12:19-23)

እነዚህ ጥቅሶችም ሆነ በመጽሐፍ ቅዱሳችን ስናይ እግዚአብሔርን ለሕዝቡ በተግሳጽ ቢጀምርም፤ በማቅናት፥ በመመለስ፥ በማፅናናት የሚጨርስ የትምህርትና የምሕረት አምላክ ነው። እንግዲህ ይህ ከሆነ በፍርድ ጀምሮ በፍርድ የሚጨርስ ትንቢት ከሆነ፣ ከእግዚአብሔር መንፈስ ቅዱስ ስላልሆነ አትፍሩት፤ ከአእምሮ ወይም ከክፉ መንፈስ ስለሚሆን መፈራት የለበትም። እግዚአብሔር የመረጣቸውን ማን ይከሳቸዋል፣ ይላል። ይህም ሲባል፣ እግዚአብሔር ኃጢያትን አይቀጣም፣ የፀጋ ዘመን

ነው፣ እንደፈለግን እንሁን ማለት አይደለም፡፡ እንደዚህ ለሚያስቡት ግን እግዚአብሔር የሚለው "አትሳቱ እግዚአብሔር አይዘበትበትም" ነው፡፡ (ገላ. 6:7)

❖ የሚለያይ ትንቢት ከእግዚአብሔር አይደለም።

እግዚአብሔር የአንድነት፣ የፍቅር አምላክ እንጅ የመለያየትና የመከፋፈል አምላክ አይደለም። ጌታችን መድኃኒታችን የመጨረሻ ፀሎቱ የሚባለው ስለ አንድነት የፀለየው ፀሎት ነው። (ዮሐ. 17:20-23) እንዲሁም በመዝሙር 133:1-3 ወንድሞች በሕብረት ቢቀመጡ መልካምና ያማረ ነው ይላል። በየትኛውም ጊዜና ዘመን መለያየትና መከፋፈል ሁከት ከእግዚአብሔር እንዳልሆነ ልናስተውል ይገባል።

አንድ የትንቢት መልእክት ተነግሮ መለያየትና መከፋፈል በቤተ ክርስቲያን ካስከተለ፣ ያ መልእክት ከእግዚአብሔር መንፈስ ቅዱስ የመጣ አይደለም። በመቀበል ፈንታ መቃወም አለብን። ምክንያቱም አካሉን ቤተ ክርስቲያንን የሚጎዳ ስለሚሆን ነው። ይህ የሚከፋፍልና የሚለያይ ትንቢት በቤተ ክርስቲያን ብቻ ሳይሆን በግልም በባልና ሚስት፣

በወዳጆችና ጓደኞሞች መካከል የሚለያይና የሚከፋፍል መልእክት ከእግዚአብሔር መንፈስ ቅዱስ የሚሰጥ አይደለም።

❖ እግዚአብሔር የማይከብርበት ትንቢት ከእግዚአብሔር አይደለም።

የትንቢት መልእክት የሚያስተላልፍ መልእክተኛ ጌታ በትክክል የጠራው አገልጋይ፣ ጌታን ማላቅና ማክበር የመጀመሪያው ተልእኮው ነው። የእግዚአብሔር ሰዎች «እርሱ ሊልቅ እኔ ግን ላንስ ይገባኛል ፡፡እኛም እንደ እናንተ ሰዎች ነን » በማለት ነው ያገለገሉት። እንዲሁም መንፈስ ቅዱስ በመጣ ጊዜ እርሱ ያከብረኛል ብሎናልና ነው። (ዮሐ. 1:27) እንዲሁም ዮሐንስ 16:13-15፣ አንዳንድ ትንቢቶች ጌታን የሚያከብሩና ወደ ጌታ እንድናይ የሚያደርጉ ሳይሆኑ፣ ተናጋሪውንና ሰዎችን የሚያደንቁና የሚያከብሩ ናቸው።

ስጦታዎች ሁሉ ጌታችን ኢየሱስ ክርስቶስንና መንፈስ ቅዱስን እንድናከብርበት የተሰጠን እንጅ፣ ሥጋ ለባሽን የምናሞጋግስበት እንዳልሆነ በግልጥ ልናውቀው ይገባናል እላለሁ።

❖ ሁሉን ፈትኑ፣ ትንቢት ማድመጥና መመርመር።

ትንቢትና መገለጦች መመርመርና መፈተሽ እንዳለባቸው ቀደም ተብሎ ተጠቅሷል፡፡ ምክንያቱም በዘመናችን ትንቢቶችና መገለጦች ውዝግብና ግራ መጋባት በመፍጠራቸው ነው፡፡ ብዙ ጊዜ ከተለያየ አህጉራት በእግዚአብሔር ምሪት የሚሰጥ አገልግሎትና ክርስቲያናዊ ጋብቻ በሚል ያነበበና አገልግሎቴን የሚያውቁ ሰዎች ብዙ ጥያቄዎችን ይጠይቁኛል። ይህን ስለ መንፈስ ቅዱስ ስጦታዎች እንድፅፍ ያነሳሳኝም የምሰማው ችግርና ዘመኑም የመንፈስ ቅዱስ ስለሆነ ልንናገረውና ልንገልጠውም ስለሚገባ ነው።

ለዚህም ነው እንዴት መስማትና እንዴት መመርመር እንዳለብንም በአጭሩ ለማብራራት የምፈልገው። ኤልሳዕና ኤልያስ ወደ ቤቴል ሲመጡ፣ በቤቴልም የነበሩ የነቢያት ልጆች ወደ ኤልሳዕ ወጥተው። እግዚአብሔር ጌታህን ከራስህ ላይ ዛሬ እንዲወስደው አውቀሃልን? አሉት። እርሱም። አዎን፥ አውቄአለሁ፤ ዝም በሉ አላቸው። (2ኛ ነገስት 2:1-3) እንግዲህ፣ እነዚህ የነቢያት ልጆች በኤልያስ ሕይወትና ኤልሳዕ ጋር ይነጋገሩ የነበሩትን እንዳወቁት፣ እንደለዩት እንመለከታለን። ብዙ ጊዜ ትንቢት ሲነገር ከዚህ በፊት እንደተገለጠው የትንቢት መልእክት ሲመጣ ስርዓት የሚያሳጣው መልእክት ተቀባዩ ብቻ

ሳይሆን በጉባኤውም የሚፈጠረው አድማጭ አማኞችም የሚፈጥሩት ችግር ነው።

1. ስጦታው የተሰጠው ትንቢት መናገር ሲጀምር፣ ሕዝቡ ምንም ሳይለየው አሜንና ሃሌ ሉያ፣ ጩኸት ስለሚበዛ መልእክት ተናጋሪው ጭምር ከመንፈስ ቅዱስ ቁጥጥር ወደ ሥጋዊነትና አእምሮው ይሄዳል።
2. በመንፈስ ቅዱስ የጀመርነው በሥጋና ለራስ ክብር በመፈለግ በትንቢት ይጨርሳል።
3. ትንቢቱን ሰምተው እንደ እግዚአብሔር ቃል ለመመርመር የሚፈልጉት፣ ሁከቱ መልእክቱን በትክክል እንዳይሰሙ ይከለክላል።

እንግዲህ፣ ከላይ የተመለከትናቸው ነጥቦች ሁሉ እንዴት መንፈስ ቅዱስ ስጦታዎችን በአግባብ መጠቀምና መጠንቀቅ እንዳለብን የሚያስረዱ ናቸው።

የእምነት ስጦታ መናገር።

የእምነት ስጦታ የሚለው ለደኅንነት እንደተሰጠን አይነት ስጦታ ሳይሆን፣ የእምነት ስጦታን መንፈስ ቅዱስ ለተለየ አላማ ለሰዎች ጥቅም፥ ለእግዚአብሔር ክብር የሚሰጥ የፀጋ ስጦታ ነው። ይህ ስጦታ ሁሉም አማኝ የሚሰጠው አይደለም፤ አልፎ አልፎ ለተወሰኑ ሰዎች እንጅ። ደኅንነት እምነት ሁሉ ለደኅንነት የሚሰጠው እምነት ነው። ይህ እምነት መናገር

ስጦታ ግን፣ ስጦታው ያላቸው ሰዎች መንፈስ ቅዱስ ሲሰጣቸው ብቻ የሚሆን እምነት ነው።

የእምነት መናገር ስጦታ

1. እነርሱ በእምነት መንግሥታትን ድል ነሡ፥ ጽድቅን አደረጉ፥ የተሰጠውን የተስፋ ቃል አገኙ፥ የአንበሶችን አፍ ዘጉ፥ የእሳትን ኃይል አጠፉ፥ ከሰይፍ ስለት አመለጡ፥ ከድካማቸው በረቱ፥ በጦርነት ኃይለኞች ሆኑ፥ የባዕድ ጭፍሮችን አባረሩ። (ዕብ. 11:33-34)
2. እግዚአብሔርም በእስራኤል ልጆች እጅ አሞራውያንን አሳልፎ በሰጠ ቀን ኢያሱ እግዚአብሔርን ተናገረ፤ በእስራኤልም ፊት እንዲህ አለ። በገባዖን ላይ ፀሐይ ትቁም፥ በኤሎንም ሸለቆ ጨረቃ፤ ሕዝቡም ጠላቶቻቸውን እስኪበቀሉ ድረስ ፀሐይ ቆመ፥ ጨረቃም ዘገየ። ይህስ በያሻር መጽሐፍ የተጻፈ አይደለምን፤ ፀሐይም በሰማይ መካከል ዘገየ፥ አንድ ቀንም ሙሉ ያህል ለመግባት አልቸኰለም። እግዚአብሔር ለእስራኤል ይዋጋ ነበርና እግዚአብሔር የሰውን ቃል የሰማበት እንደዚያ ያለ ቀን ከዚያም በፊት ከዚያም በኋላ አልነበረም። (ኢያሱ 10:12-10)
3. ሲድራቅና ሚሳቅ አብደናጎም መለሱ ንጉሡንም። ናቡከደነፆር ሆይ፥ በዚህ ነገር እንመልስልህ ዘንድ አስፈላጊያችን አይደለም። የምናመልከው አምላካችን ከሚነድደው ከእሳቱ እቶን ያድነን ዘንድ ይችላል፤ ከእጅህም ያድነናል፥ ንጉሥ ሆይ፡- ነገር ግን፥ ንጉሥ ሆይ፥

እርሱ ባያድነን፥ አማልክጥን እንዳናመልክ ላቆምኸውም ለወርቁ ምስል እንዳንሰግድለት እወቅ አሉት። (ዳን. 3፡16-18)

4. ዳንኤልም ንጉሡን። ንጉሥ ሆይ፥ ሺህ ዓመት ንገሥ። በፊቱ ቅንነት ተገኝቶብኛልና፥ በአንተም ፊት ደግሞ፥ ንጉሥ ሆይ፥ አልበደልሁምና አምላኬ መልአኩን ልኮ የአንበሶችን አፍ ዘጋ፥ እነርሱም አልጐዱኝም አለው። (ዳን. 6:21-22)
5. ወደ እርሱም በወረዱ ጊዜ ኤልሳዕ። ይህን ሕዝብ ዕውር ታደርገው ዘንድ እለምንሃለሁ ብሎ ወደ እግዚአብሔር ጸለየ። ኤልሳዕም እንደ ተናገረው ቃል ዕውር አደረጋቸው። (2ኛ ነገስት 6:18)
6. ጥሮስም ሁሉን ወደ ውጭ አስወጥቶ ተንበርክኮም ጸለየ፥ ወደ ሬሳውም ዘወር ብሎ። ጣቢታ ሆይ፥ ተነሺ አላት። እርስዋም ዓይኖችዋን ከፈተች ጴጥሮስንም ባየች ጊዜ ተቀመጠች። (የሐዋ. ሥራ 9:40)
7. በልስጥራንም እግሩ የሰለለ፥ ከእናቱም ማኅፀን ጀምሮ አንካሳ የሆነ፥ ከቶም ሄዶ የማያውቅ አንድ ሰው ተቀምጦ ነበር። ይህም ሰው ጳውሎስ ሲናገር ይሰማ ነበር፤ እርሱም ትኵር ብሎ ተመለከተውና ይድን ዘንድ እምነት እንዳለው ባየ ጊዜ፥ በታላቅ ድምፅ። ቀጥ ብለህ በእግርህ ቁም አለው። ብድግ ብሎም ተንሥቶ ይመላለስ ነበር። (የሐዋ. ሥራ 14:8-10)

ስለ እምነት መናገር ስጦታ በአጭሩና በከፊሉ ይህን ያህል ከገለፅሁ የሚበቃን ይመስለኛል። ሁሉም የእግዚአብሔር የሆነው ሁሉ የምንቀበለውና የምንኖረው በእምነት እንደሆነ እግረ መንገዴን ማሳሰብ

እፈልጋለሁ። እኛ በእምነት እንጂ በማየት አንመላለስምና ይላል፤ እንዲሁም የማይታዩትንም በእምነት እናስተውላለን። የሚታየው ለጊዜው ነው፣ የማይታየው ግን ዘላለማዊ ነው። ይህን ማወቅ ከስጦታዎች ባሻገር ሰጪን እግዚአብሔር መንፈስ ቅዱስ እንድናይና አምላካችንን እግዚአብሔርን እንድናመልክና እንድናከብር ያደርገናል።

የፀጋ ስጦታዎች ዘጠኙ ብቻ አይደሉም።

ከአንድ አካል ብዙ ብልቶች እንዳሉ፣ የብልቶች ሁሉ ሥራ አንድ እንዳይደለ፣ እንዲሁም ብዙዎች ስንሆን በክርስቶስ አንድ አካል ነን። እንደ ተሰጠንም ፀጋ ልዩ ልዩ ስጦታ አለን። (ሮሜ 12:4-8)

እነዚህም ስጦታዎች

1. ትንቢት ስጦታ መናገር ሮሜ 12:7
2. አገልግሎት ፀጋ ማስተማር ፀጋ ሮሜ 12:7
3. የምክር ፀጋ ሮሜ 12:8
4. የመስጠት ፀጋ ሮሜ 12:8
5. የማስተዳደር ፀጋ ሮሜ 12:8
6. የትምህርት ፀጋ ሮሜ 12:8

እንዲሁም 1ኛ ጴጥ. 4:9-11 የአሉትን እንመልከት

1. እንግዶችን መቀበል ፀጋ 1ኛ ጴጥ. 4:9
2. ደጋግ መጋቢዎች ባላደርስ 1ኛ ጴጥ. 4:10
3. እርስ በርስ በፀጋ ማገልገል 1ኛ ጴጥ. 4:11

4. እንደ እግዚአብሔር ቃል መናገር 1ኛ ጴጥ. 4:11
5. በእግዚአብሔር ኃይል ማገልገል 1ኛ ጴጥ. 4:11

እንዲሁም ኤፌ. 4:11፣ 1ኛ ቆሮ. 12:27-28የአልግሎት ፀጋ የተዘረዘሩትን በግል ጣንታችን መመልከቱ ይጠቅመናል። የእግዚአብሔር ፀጋ ስጦታዎችና የአልግሎት ስጦታዎች ሁሉ እግዚአብሔር ለሕዝቡ ጥቅም ለእርሱ ክብርና ምሥጋና ይሆን ዘንድ የተሰጡን ናቸው።

መንፈስ ቅዱስ በኢየሱስ ክርስቶስ ሕይወት።

1. ኢየሱስ ክርስቶስ ከድንግል እንደሚወለድ ተናገረ። (ኢሳ. 7:11)
2. ኢየሱስ ክርስቶስ በመንፈስ አማካኝነት ተወለደ። (ሉቃስ 1:35)
3. ኢየሱስ ክርስቶስ ሲጠመቅ መንፈስ ቅዱስ በእርሱ ላይ መጣ። (ሉቃስ 3:21-22፣ ዮሐንስ 1:32)
4. ኢየሱስ በመንፈስ ቅዱስ ተመራ። (ማቴ. 4:20፣ ሉቃስ 4:1)
5. ኢየሱስ ክርስቶስ በመንፈስ ቅዱስ መቀባቱ። (ሉቃስ 4:18፣ ኢሳ. 61:1፣ የሐዋ. ሥራ 10:38)
6. ኢየሱስ ክርስቶስ በመንፈስ ቅዱስ ኃይል አስተማሪነት ተናገረ። (ሉቃስ 4:18)
7. ኢየሱስ ክርስቶስ በመንፈስ ቅዱስ ኃይል በሽተኞችን ፈወሰ። (ሉቃስ 4:18)
8. ኢየሱስ ክርስቶስ በመንፈስ ቅዱስ ኃይል ተዘዋወረ። (ሉቃስ 4:14፣ የሐዋ. ሥራ 10:38)

9. ኢየሱስ ክርስቶስ በመንፈስ ቅዱስ ኃይል አጋንንትን አስወጣ። (ማቴ. 12:28)
10. ኢየሱስ ክርስቶስ በመንፈስ ቅዱስ ቃሉን ተናገረ። (ዮሐንስ 6:63)
11. ኢየሱስ ክርስቶስ ደቀ መዛሙርቱን በመንፈስ ቅዱስ አዘዛቸው። (የሐዋ. ሥራ 1:1-2)
12. ኢየሱስ ጌታችን ደቀ መዛሙርቱን በመንፈስ ቅዱስ እንዲጠብቁት አዘዛቸው። (ሉቃስ 24:49፣ የሐዋ. ሥራ 1:8)

መንፈስ ቅዱስ ለማን ይሰጣል? (1ኛ ቆሮ. 6:11)

1. ከመንፈስና ከቃሉ ዳግም ለተወለዱት። (ዮሐንስ 3:3-5፣ 1ኛ ጴጥ. 1:23)
2. የእግዚአብሔር ልጆች ለሆኑት ሁሉ። (ሮሜ 8:14፣ ገላ. 4:7)
3. መንፈስ ቅዱስን ለሚለምኑት ሁሉ። (ሉቃስ 11:13፣ ዮሐንስ 3:34)
4. መንፈስ ቅዱስ ኃይሉን እንደ ተስፋ ቃሉ ለሚጠብቁት ሁሉ። (ሉቃስ 24:4፣ የሐዋ. ሥራ 2:1-4)
5. መንፈስ ቅዱስን ሰምተው ለሚታዘዙት ሁሉ። (የሐዋ. ሥራ 5:32)
6. መንፈስ ቅዱስን ለሚጠሙት ሁሉ። (ዮሐንስ 7:37-39፣ ኢሳ. 55:1)
7. መንፈስ ቅዱስ ለሚለው እውነት ለሚመሰክሩት ሁሉ። (ዮሐንስ 15:26፣ የሐዋ. ሥራ 1:8)

8. የመንፈስ ቅዱስ እውነት ለሚፈልጉት ሁሉ። (ዮሐንስ 16:13)
9. የመንፈስ ቅዱስን ትምህርት ለሚፈልጉት ሁሉ። (ዮሐንስ 14:26፣ 1ኛ ዮሐንስ 2:27)
10. የመንፈስ ቅዱስን ስጦታ በብርቱ ለሚፈልጉት። (1ኛ ቆሮ. 14:1)
11. መንፈስ ቅዱስ ለክርስቶስ አካል ሁሉ። (1ኛ ቆሮ. 12:12)
12. ሙላቱና ሐሴቱን ለሚቀበሉት ሁሉ። (ሉቃስ 10:21፣ የሐዋ. ሥራ 13:52)

መንፈስ ቅዱስ አገልግሎት ጥቅም።

1. የጥበብ መንፈስ እግዚአብሔርን ለማወቅና ለመፍራት። (ኢሳ. 11:2፣ ኤፌ. 1:17)
2. የእውቀት መንፈስ ተረድተንና አውቀን እንድናገለግለው። (ኢሳ. 11:2፣ 1ኛ ቆሮ. 12:8)
3. የምክርና ኃይል መንፈስ ከእኛ እንዳልሆነ እንድናውቅ። (ኢሳ. 11:2፣ ዘካ. 4:6)
4. የፀጋ መንፈስ የሥራችን የድካማችን ፍሬ እንዳልሆነ እንድናውቅ። (ዘካ. 12:10)
5. የፍርድ መንፈስ በማክበርና በተጠንቀቅ እንድንኖር። (ኢሳ. 4:4)
6. የሚያጣራና የሚያቃጥል መንፈስ። (ኢሳ. 4:4፣ ማቴ. 3:11-12)
7. የኃይል መንፈስ ሁሉን የሚችልና የሚያስችል። (ሉቃስ 1:35፣ 24:49)
8. የመፅናናት መንፈስ፣ አዝነን እንዳንኖር። (ዮሐንስ 14:16፣ 26)

9. የእውነት መንፈስ፣ እውነት የሚገልፅ። (ዮሐንስ 14:17፣ ዮሐንስ 16:13)
10. የፍቅርና የኃይል ራስን የመግዛት መንፈስ። (2ኛ ጢሞ. 1:7፣ ገላ. 5:23)
11. የእምነት መንፈስ፣ በእምነት እንድናገለግለው። (2ኛ ቆሮ. 4:13)
12. የተስፋና የቃል ኪዳን መንፈስ። (ኤፌ. 1:13-14፣ ሮሜ 15:13)
13. የክብር መንፈስ፣ ለእኛ ክብሩን የሚገልፅ። (1ኛ ጴጥ. 4:14)
14. የትንቢት መንፈስ፣ በመንፈስ የሚያናግር። (ራእይ 19:10)
15. ቅባት መንፈስ፣ ሌሎችን ለማፅናናት። (2ኛ ቆሮ. 1:2-22)
16. የላከን እግዚአብሔር በመንፈስ ቅዱስ መረዳትን ይሰጣል። (ዮሐንስ 1:31-33)
17. በጌታ ቀን በመንፈስ መሆን፣ በመንፈስ መልእክትን እንቀበላለን። (ራእይ 1:9-20)
18. ጌታችንን ከመንፈስ ቅዱስ ጋር ሁነን ና እንድንለው ያደርጋል። (ራእይ 22:17)
19.

መንፈስ ቅዱስ በአማኝ ሕይወት ውስጥ።

1. ከመንፈስ ዳግም በመወለድ ይጀምራል። (ዮሐንስ 3:3-5)
2. የመንፈስ ቅዱስ ማደሪያና መኖሪያ ይሆናል። (1ኛ ቆሮ. 3:16-17፣ ሮሜ 8:9)
3. መንፈስ ቅዱስ የዘላለምን ሕይወት እንዳገነ ያረጋግጥለታል። (ሮሜ 8:16)

4. በመንፈስ ቅዱስ ኃይል ይሞላል። (የሐዋ. ሥራ 2:4፣ 1ኛ ቆሮ. 12:11፣ ኤፌ. 5:18)
5. በመንፈስ ቅዱስ ተሞልቶ በአዲስ ቋንቋ በልሳን ያናግረዋል። (ማር. 16:17፣ የሐዋ. ሥራ 2:1-4)
6. መንፈስ ቅዱስ አማኙን ይናገረዋል። (የሐዋ. ሥራ 8:29፣ ራእይ 2:7፣ 11)
7. መንፍስ ቅዱስ አማኙን ይመራዋል፤ ያስተምረዋል። (ዮሐንስ 16:13፣ ዘኍል. 9:15-23)
8. ለአማኙ መንፈስ ቅዱስ እንዲመሰክር ኃይል ይሰጠዋል። (የሐዋ. ሥራ 1:8፣ ዮሐንስ 15:26-27)
9. መንፈስ ቅዱስ አማኙን በመንፈስ ይመራዋል። (ሮሜ 8:14፣ ገላ. 5:18)
10. እግዚአብሔርን በመንፈስ እንዲያመልክ ያደርገዋል። (ዮሐንስ 4:24፣ ፊል. 3:3)

ለአማኞች ሁሉ የመንፈስ ቅዱስ ፍሬ አስፈላጊነት።

በብሉይ ሆነ በአዲስ ኪዳን መንፈሳዊ ሕይወት ጥራት እጅግ በጣም አስፈላጊ እንደሆነ በመፅሐፍ ቅዱሳችን በብዙ ቦታዎች ተገልፆልናል። ጌታችን ኢየሱስ ክርስቶስ ከፍሬያቸው ታውቃላች ሁ ይላል። (ማቴ. 7:15-20) እንዲሁም፣ ሐዋሪያው ያዕቆብ ከአንድ አፍ በረከትና መርገም ይወጣልን ከመራራ ጣፋጭ ይወጣልን (ያዕቆ. 3:8-12) ይላል።

እንዲያውም በዘዳ. 13 ነቢዩ የተናገረው ቢፈፀም እንኳ፣ አምላክህን የሚያስከዳና ወደ መጥፎ የሚመራ ከሆነ አትስማው በማለት ይመክረናል።

እንዲሁም ሐዋሪያው ጳውሎስ የመንፈስ ፍሬና የሥጋ ፍሬ በማለት፣ በመንፈስ ቅዱስ ምሪት በግልፅ ተፅፎልናል። (ገላ. 5:16-25) የአዲስ ኪዳን መልእክት የተፃፉት ሁሉ መያዝ ያለብንና መራቅ ያለብንን በግልፅ ፅፈውልናል። በተለይም በፀጋ ስጦታዎች የሚያገለግሉት ሁሉ የሕይወት ፍሬ ከሌለን፣ ፀጋ የሕይወት ፍሬ ሳይሆን፣ ነፀ የፀጋ ስጦታ የተባለውም ለዚሁ ነው። የግል ሕይወትን ከእዚህ አለም እድፍ መጠበቅ፣ የተቀበልነውን ሕይወትና ፀጋ በአክብሮትና በጥንቃቄ ለመጓዝ ይጠቅማል።

<u>የሥጋ ፍሬ ሞትን ያስከትላል</u>	<u>የመንፈስ ፍሬ ሕይወትን ይሰጣል</u>
1. ገላ. 5:19-21 የሥጋ ፍሬ 2. ኤፌ. 4:19የሥጋ ፍሬ 3. ቆላ. 2:8 የሥጋ ፍሬ 4. ቆላ. 3:5-7 የሥጋ ፍሬ 5. 1ኛ ተሰ. 4:5-7የሥጋ ፍሬ 6. 1ኛ ጴጥ. 2:1 የሥጋ ፍሬ 7. 2ኛ ጴጥ. 2:12-14የሥጋ ፍሬ 8. 1ኛ ዮሐንስ 2:15-16 የሥጋ ፍሬ 9. ማር. 7:20-23የሥጋ ፍሬ	1. ገላ. 5:22-23የመንፈስ ፍሬ 2. ኤፌ. 4:23- መንፈስ ፍሬ 3. ቆላ. 3:10፣ 2ኛ ቆሮ. 5:12አዲስ ፍጥረት 4. 1ኛ ተሰ. 4:3 ፣ ዕብ. 12:14 ቅድስና 5. ቆላ. 3:1-4 ሰማያዊ አሳብ 6. 1ኛ ጢሞ. 4:8 እግዚአብሔርን መምሰል 7. ዮሐንስ 3:3 በመንፈስ መወለድ 8. 2ኛ ጴጥ. 3:18በፀጋ ማደግ

10. ያዕቆ. 1:13-15የሥጋ ፍሬ 11. ሕዝ. 18:4፣ ሮሜ 6:23 ውጤት ሞት 12. 1ኛ ቆሮ. 15:50 የእግዚአብሔርን መንግስት አይወርስም።	9. ሮሜ 8:14-16፣ ገላ. 4 የልጅነት መንፈስ 10. ሮሜ 8:11 የሕይወት መንፈስ 11. ዕብ. 9:14 የዘለዓለም መንፈስ 12. ገላ. 5:25 በመንፈስ መመላለስ

እራሳችንን እየመረመርን ለመጓዝ የሚረዳን።

1. ራሳችንን ብንመረምር ግን ባልተፈረደብንም ነበር፤ (1ኛ ቆሮ. 11:31፣ 2ኛ ቆሮ. 13:5)
2. ሕይወት ህ የት ላይ እንዳለ እወቅ። (ራእይ 2:5)
3. የእግዚአብሔር ፅድቁንና መንግሥቱን መፈለግ። (ማቴ. 6:33)
4. እግዚአብሔርን በመፈለግ መኖር። (2ኛ ዜና 15:15፣ ኤር. 29:13)
5. በመውደድና መታዘዝ መኖር። (ዮሐንስ 14:21)
6. ክብርና ምስክርነት ከእግዚአብሔር እንጅ ከሰው አለመፈለግ። (ዮሐን. 5:41፣ ዮሐን. 12:26)
7. እግዚአብሔርን በማክበር መኖር። ዮሐን ፣ (ዮሐን. 17:4፣ 1ኛ ቆሮ. 10:31)
8. ጌታ ሆይ ፈቃድህ ይሁን ማለትን ማወቅ። (ማቴ. 26:39)

9. ጌታ ሆይ አንተ ሁሉን ታውቃለህ ማለት። (ዮሐን. 21:15-17)
10. ተስፋን በመያዝ በእምነት መፅናት። (ሮሜ 4:18-25)
11. ጌታ እሩጫን እንደሚያስፈፅም ማመን። (2ኛ ጢሞ. 4:7-8)
12. በመንፈስ ቅዱስ የምንመራ እንሁን። (ሮሜ 8:14)

የእውነተኛ አገልጋይ ባህሪያት በከፊል።

1. በፍቅር የሚኖር። (1ኛ ቆሮ. 14:1፣ 1ኛ ዮሐን. 4:16)
2. በት ህትና የሚኖር። (ዘኁል. 12:3፣ ዮሐን. 1:27፣ ያዕቆብ 4:6)
3. የሚራራና የሚያዝን። (ማቴ. 9:36)
4. እራሱን የሚገዛ። (2ኛ ጢሞ. 1:7፣ ምሳሌ 25:28)
5. ደካማ መሆኑን ማወቅ። (2ኛ ቆሮ. 12:9)
6. በቃሉና በፀሎት የሚተጋ። (የሐዋ. ሥራ 6:4)
7. በፅድቅና በቅድስና መኖር። (ሉቃስ 1:74-75፣ 1ኛ ተሰ. 4:3)
8. እግዚአብሔርን በመፍራት መኖር። (ምሳሌ 19:23፣ ኢዮብ 28:28)
9. በቅንነት የሚሄድ። (መዝ. 11:7፣ መዝ. 17:15)
10. በእግዚአብሔር የሚታመን። (ኢሳ. 26:3፣ ኤር. 17:7፣ ምሳሌ 3:5)
11. መንፈስ ቅዱስን የሚታዘዝ። (የሐዋ. ሥራ 5:32)

12. ጌታን የሚታዘዝና የሚወድ። (ዮሐን. 14:21)
13. ግብዝነት የሚጠላ፣ እውነትን የሚናገር። (ገላ. 2:14)
14. እግዚአብሔርንም ሰውንም የሚወድ። (ማቴ. 22:37-40)
15. የእግዚአብሔርን ቃል በቅንነት የሚናገር። (2ኛ ጢሞ. 2:15)

የተሃድሶ እንቅስቃሴዎች በብሉይ ሆነ በአዲስ በመንፈስ ቅዱስና በቃሉ ሰዎችን ወደ አምላካቸውና ፈጣሪያቸው በንስሐና በንዛዜ መመለስን የሚያመለክት ሲሆን፣ ይህም ሁለት አይነት ገፅታዎችን የሚያመለክት ነው።

1. በብሉይ ኪዳን
2. በአዲስ ኪዳን

በብሉይ ኪዳን መቅደስን መሰዊያ ማደስን ከጣኦት ወደ ሕጉና ቃሉ መታዘዝን የሚያመለክት እንደሆነ እናያለን።

1. በነገስታት መቅደሱን። (2ኛ ዜና 29:1-11)

2. በነገስታት የሕጉን ቃልና መቅደሱን። (2ኛ ዜና 34:1)
3. ነብያት ሐጌና ዘካርያስ። (ዕዝራ 5:1-5፣ ሐጌ 1:13-5)
4. ዕዝራና ነህምያ ቅጥርና መቅደስ። (ዕዝራ 8:21-23)

የኪዳኑ ሕዝብ ወደ እግዚአብሔር ሲመለስ የሚያደርጋቸው መሰረታዊ መጽሐፍ ቅዱሳዊ የተካሄዱና የተፈፀሙት የሚከተለውን የሚመስሉ ናቸው።

1. በደልን በማወቅ ንስሐ መግባት። (ዕዝራ 10:1)
2. ለሕጉ መገዛትና ለቃሉ አክብሮትን መስጠት። (2ኛ ዜና 34:18-19)
3. ጣኦቶቻቸውን አስወግዱ። (2ኛ ዜና 34፡3_7)
4. ለእግዚአብሔር ለአምላካቸው መስዕዋት አቅርቡ። (2ኛ ዜና35፡ 7_15)
5. የእግዚአብሔርን ሕግና ቃልን ማስተማር ይጀምራሉ። (ዕዝራ 7፡10 ነህ 8፡8)
6. የተበላሸውን ሞራላዊ ውድቀትና ስነ ምግባር ማስተካከል። (2ኛ ዜና 34፡29_33)
7. ለእግዚአብሔር ቤት ሥራ መንፈሳቸው የተነሳውን ማሰማራት። (ዕዝራ 1፡5)
8. ለፀሎትና ለአምልኮተ እግዚአብሔር ማዘጋጀት። (ነህምያ 9፡1_3)

ይህም የሚያመለክተው በብሉይ ኪዳን የሕዝቡ መንፈሳዊና አምልኮተ እግዚአብሔርና መስዕዋትን በአምላካቸው ፊት እንዴት ያመልኩት እንደነበር የሚያሠለክትና መንፈሳዊ እንቅስቃሴ በብሉይም ሆነ በአዲስ በግለሰብ

በቤተሰብ በመንፈሳዊም መሪዎችን እንዴት እግዚአብሔር ለተሃድሶ ለመነቃቃት ምክንያት እንዳደረጋቸው በቃሉ የተፃፈውን ለማየት ችለናል። ምንጊዜም ቢሆን የተበላሸውን የፈረሰውን ለማደስና ለመጠገን ንስሐና የእግዚአብሔር ቃል መቅደም እንዳለበት ላስገነዝብ እወዳለሁ።

በአዲስ ኪዳንም ከሐዋሪያት ዘመን ጀምሮ እስከ አሁን ድረስ ወደፊትም ጌታ እስኪመጣ ድረስ ወደፊትም ጌታ እስኪመጣ ድረስ የተሃድሶ ሥራ በመንፈስ ቅዱስና በቃሉ አነሳሽነት ይቀጥላል። በሐዋርያት ሥራ ላይ ለተሃድሶ የተከሰቱትን እንመልከት።

1. የመንፈስ ቅዱስ መጠበቅ። (ሉቃ፡24፡49፣ የሐዋ ሥራ 1፡8)
2. በትጋት የሚደረግ ፀሎት። (የሐዋ ሥራ 1፡14)
3. የመንፈስ ቅዱስ ሙላት። (የሐዋ ሥራ 2፡1_4)
4. የትንሳኤው ምስክርነት። (የሐዋ ሥራ 2፡22_24)
5. የብዙ ነፍሳት መዳን። (የሐዋ ሥራ 2፡41፤4፡4)
6. የአማኞች አንድነት። (የሐዋ ሥራ 2፡42)
7. በድንቅና በተአምራት መንፈስ ቅዱስ ሥራ። (የሐዋ ሥራ 3፡5_12)
8. እግዚአብሔርን መፍራት መጣባቸው። (የሐዋ ሥራ 5፡11)
9. ስደትና መጀራም ጀመረ። (የሐዋ ሥራ 8፡1)
10. እርኩሳን መናፍስት መውጣት ጀመሩ። (የሐዋ ሥራ 8፡7)

የተሃድሶ አመጣጥ በአለፉት ዘመናት ብዙ የተከሰተባቸው መንገዶች አሉ ነበር። በተወሰነ ዘመናትና አመታት እንደተከሰተ ብዙ የታሪክ መረጃዎች

አሉ። ይህን የተነሱባቸውም የእግዚአብሔር ቃል መነሻዎች በፀጋ ብቻ ስለ መዳን በእምነት የእግዚአብሔር ቃል ብቻ ለደኅንነት በመንፈስ ቅዱስ ኃይል ወንጌልን መስበክ በፀሎትና በቃሉ በመትጋት የመሳሰሉትን የተሃድሶ እንቅስቃሴዎችን በተለያዩ ዘመናትና አመታት ተፈፅመውልን እናገኛለን።

1. ሞራላዊና መንፈሳዊ ውድቀቶች፣
2. የቃሉ በግልፅ መናገርና የሰዎች መነካት፣
3. በፀሎት በግልና በቡድንን መበርታት፣
4. የተአምራትና ድንቆች መከሰት
5. የኃጢያተኞች መወቀስና መለወጥ፣
6. አሻሚና ግራ የሚያጋቡ ሁኔታዎች መታየት፣
7. የሕብረተሰብና ተቋማት ለውጦች መታየት፣
8. የመንፈስ ቅዱስ ሥራ መታየት
9. የምሥጋናና ዝማሬ አምልኮት።

እኔ እነዚህን የተለያዩ ስለ እንቅስቃሴ ተሃድሶ ከፃፉት ሰዎች የሚያነቡአቸውን ክስተቶች ለእዚህ መነሻ ሐሳብ ይጠቅማሉ የምላቸውን ከላይ ለመዘርዘር ሞክሬያለሁ። መንፈሳዊ መቃተቶች ሁሉ ከጥቂት ወደ ብዙ ከትንሽ ወደ ትልቅ የሚሰፋና እንዲሁም የሚከስሙና እንደ ገናም በመታደስ የሚመለሱ እንደሆኑ ብዙዎች ስለ መነቃቃት የፃፉት ይስማማሉ። እሳቱም እንዳይጠፉ ዘወትር ይንደድ ስለሚል ለመንፈሳዊ መነቃቃትና መነሳሳት የፀሎትና የእግዚአብሔር ቃል በመንፈስ ቅዱስ ሲጠበቅ ነው።

መንፈስ ቅዱስ የተመሰለባቸው።

❖ ዮሐንስም እንዲህ ብሎ መሰከረ። መንፈስ ከሰማይ እንደ ርግብ ሆኖ ሲወርድ አየሁ፤ በእርሱ ላይም ኖረ። (ዮሐንስ 1:32)

❖ በኢሳያስ ትንቢትም በተጠማ ላይ ውኃን በደረቅም መሬት ላይ ፈሳሾችን አፈስሳለሁና፤ መንፈሴን በዘርህ ላይ በረከቴንም በልጆችህ ላይ አፈስሳለሁ፥ (ኢሳ. 44:3) ኢየሱስም መንፈስ ቅዱስ በውኃ እንደሚመስል አረጋገጠው። ዮሐንስ 7:37-39

❖ በዘይት፣ የጌታ መንፈስ በእኔ ላይ ነው፥ ለድሆች ወንጌልን እሰብክ ዘንድ ቀብቶኛልና፤ ለታሰሩትም መፈታትን ለዕውሮችም ማየትን እሰብክ ዘንድ፥ የተጠቁትንም ነጻ አወጣ ዘንድ የተወደደችውንም የጌታን ዓመት እሰብክ ዘንድ ልኮኛል። (ሉቃስ 4:18-19) ሐዋሪያው ዮሐንስም፣ 1ኛ ዮሐንስ 2:27 እናንተስ ከእርሱ የተቀበላችሁት ቅባት በእናንተ ይኖራል፥ ማንም ሊያስተምራችሁ አያስፈልጋችሁም፤ ነገር ግን የእርሱ ቅባት ስለ ሁሉ እንደሚያስተምራችሁ፥ እውነተኛም እንደ ሆነ ውሸትም እንዳልሆነ፥ እናንተንም እንዳስተማራችሁ፥ በእርሱ ኑሩ።

- ❖ በመሐተም እናንተም ደግሞ የእውነትን ቃል፥ ይኸውም የመዳናችሁን ወንጌል፥ ሰምታችሁ ደግሞም በክርስቶስ አምናችሁ፥ በተስፋው መንፈስ በመንፈስ ቅዱስ ታተማችሁ፤ (ኤፌ. 1:13) _ ሐዋሪያው ደግሞ ም ያተመን የመንፈሱንም መያያ የሰጠን እርሱ ነው። (1ኛ ቆሮ. 1:22)
- ❖ በነፋስ፣ ጌታችን ኢየሱስ ክርስቶስ ለኒቆዲሞስ ሲያስረዳው ዮሐንስ ነፋስ ወደሚወደው ይነፍሳል፥ ድምፁንም ትሰማለህ፥ ነገር ግን ከወዴት እንደ መጣ ወዴትም እንዲሄድ አታውቅም፤ ከመንፈስ የተወለደ ሁሉ እንዲሁ ነው። _ ደቀ መዛሙርቱም በዓለ ኀምሳ የተባለውም ቀን በደረሰ ጊዜ፥ ሁሉም በአንድ ልብ ሆነው አብረው ሳሉ፥ ድንገት እንደሚነጥቅ ዓውሎ ነፋስ ከሰማይ ድምፅ መጣ፥ ተቀምጠው የነበሩበትንም ቤት ሁሉ ሞላው። (የሐዋ. ሥራ 2:1-2)
- ❖ እንደ እሳት፣ የእግዚአብሔርም መልአክ በእሳት ነበልባል በእሾኽም ቁጥቋጦ መካከል ታየው። እነሆም ቁጥቋጦው በእሳት ሲነድ ቁጥቋጦው ሳይቃጠል አየው። (ዘፀ. 3:2) _ በደቀ

መዛሙርቱም ላይ እንደ እሳት የተከፋፈሉ ልሳኖችም ታዩአቸው በእያንዳንዳቸውም ላይ ተቀመጡባቸው። (የሐዋ. ሥራ 2:3)

❖ በወይን፣ መንፈስ ይሙላባች ሁ እንጅ በወይን ጠጅ አትስከሩ ይህም ማባከን ነውና ይላል። (ኤፌ. 5:18)

ተፈጸመ

ዋቤ መጻሕፍት

1 The Holy Spirit - by John F Waluood

2 Doctrine of The Holy Sprit – Dr. Willimington

3 The Doctrine of The Holy Sprit - T & Clark

4 The Holy Spirit works & gift – Grove Press

5 Holy Spirit – By Billy Graham

6 The Church in The New Testament –By Kevin J. Conner

7 Glory to glory – By Ruth Hefin

8 የአዙሳ ሪቫይቫል መጽሐፍ

9 ፓትሪስ ሞርሲ መንፈሳዊ መነቃቃቶች አጭር ታሪክ በአሜሪካ በተሰኘው ጽሑፍ ላይ ያሰፈረው

10 አገልግሎትና የጽድቅ አክሊል - በዶ/ር ዓለሙ ቢፍቱ

11 ሥልታዊ ነገረ መለኮት - በዌይን ግሩደም ቅጽ አንድ

12 ሥልታዊ ነገረ መለኮት - በዌይን ግሩደም ቅጽ ሁለት

13 በእግዚአብሔር ምሪት የሚሰጥ አገልግሎት - በመጋቢ አበራ ተሰማ